Cầu nguyện - Soạn bài - Giảng

GIẢNG SÁCH PHI-LÍP

Dàn ý bài giảng của thư Phao-lô gửi cho người Phi-líp

RESOURCE LEADERSHIP INTERNATIONAL
2017

Original published in English in UK under the title *Preaching Philipians: Talk outlines for Paul's letter to the Philippians*

Copyright © Phil Crowter/The Good Book Company 2009

Vietnamese edition © 2017 by reSource Leadership International for Theological Education with permission by Good Book Company.

Phần Kinh Thánh được trích dẫn từ Bản Truyền Thống Hiệu Đính, bản quyền © 2010 bởi Liên hiệp Thánh Kinh hội. Đã được phép sử dụng. Bản quyền được bảo lưu.

Bản đồ (trang 8) do Văn Phẩm Hạt Giống chuẩn bị dựa trên: MapMaster. CC-BY-SA-3.0. https://commons.wikimedia.org/wiki/File:Blank_Map_-_Mediterranean_1.svg

Bản dịch tiếng Việt: Lan Khuê

Hiệu đính: Huệ Anh

Bản dịch bản quyền © 2017 reSource Leadership International

Bảo lưu bản quyền. Không phần nào trong xuất bản phẩm này được phép sao chép hay phát hành dưới bất kỳ hình thức hoặc phương tiện nào mà không có sự cho phép bằng văn bản của nhà xuất bản giữ bản quyền, ngoại trừ các trích dẫn ngắn trong những bài phê bình sách.

Mã số ISBN (Việt Nam): 978-604-61-5251-4

Mã số ISBN (Canada): 978-1-988990-00-2

Mục Lục

A. Chỉ Dẫn Nhanh: Cách Chuẩn Bị Bài Giảng trong Sách Phi-líp.........5

B. Cách Sử Dụng GIẢNG SÁCH PHI-LÍP 6

C. Về Thư Tín của Phao-lô Gửi cho Người Phi-líp 8

D. Nghiên Cứu và Giảng Thư của Phao-lô Gửi cho Người Phi-líp......11

E. Những Bài Học từ Sách Phi-líp........................52

F. Cẩm Nang Huấn Luyện................................54

Vui Lòng Đọc Phần Này Trước!

Hân hạnh giới thiệu đến quý vị độc giả một quyển trong bộ sách *PPP – Pray Prepare Preach* (tạm dịch là Cầu nguyện-Soạn-Giảng). Cầu xin Chúa dùng quyển sách này giúp bạn giảng dạy Lời Đức Chúa Trời. Chúng tôi ao ước mọi người ở khắp mọi nơi đều được nghe Lời Chúa một cách rõ ràng, để rồi họ đến với Ngài, để Cơ Đốc nhân tăng trưởng giống Chúa Giê-xu hơn. Và mọi lời ngợi khen sẽ quy về Ngài.

Chúng tôi đưa ra cho bạn nhiều sự trợ giúp. Nhưng bạn vẫn phải nỗ lực nhiều đấy! Đừng chỉ bắt chước y chang những gì bạn đọc được ở đây.

PPP là Cầu nguyện! Soạn bài! và Giảng dạy!. Có nhiều điều bạn phải làm trước khi giảng.

CẦU NGUYỆN. Bài giảng hay nhất trên đời cũng sẽ chẳng ích lợi gì nếu không có Chúa. Hãy cầu xin Chúa giúp bạn nói ra lẽ thật của Ngài. Hãy xin Chúa phán với tấm lòng của những người nghe bạn giảng dạy. Hãy cầu nguyện cho chính bạn trong việc soạn bài giảng. Hãy cầu xin Lời Chúa trở nên sống động đối với bạn.

SOẠN BÀI. Bạn cần nhiều thời gian để soạn một bài giảng Kinh Thánh. Hãy cố gắng tìm hiểu phân đoạn Kinh Thánh đó. Hãy nghĩ đến những gợi ý của chúng tôi. Phần nào hữu ích cho thính giả của bạn? Làm thế nào bạn có thể giải thích điều đó cách rõ ràng hơn? Chúng tôi chỉ đưa ra cho bạn một vài từ. Bạn phải nói nhiều hơn để mọi người hiểu được vấn đề.

GIẢNG. Bây giờ thì bạn có thể giảng. Thật là một niềm vui lớn lao khi biết rằng chúng ta dạy lời Đức Chúa Trời. Đó không phải là điều chúng ta muốn nói. Đó là lẽ thật của Đức Chúa Trời, Lời thành văn của Ngài. Chúa hứa rằng những chân lý đó sẽ làm trọn điều Ngài muốn. 📖 *Ê-sai 55:10-11*

Cách sử dụng cuốn sách này hiệu quả nhất là: Khởi sự từ phần mở đầu sách Phi-líp, rồi tuần tự đến những phần tiếp theo. Sách Phi-líp là một bức thư. Thư từ được hiểu cách đúng đắn nhất khi được đọc từ đầu đến cuối.

"Đức Chúa Trời tôi sẽ cung ứng mọi nhu cầu của anh em theo sự giàu có vinh quang của Ngài trong Đấng Christ Giê-xu." Phi 4:19

Ở cuối cuốn sách nhỏ này sẽ có thêm những gợi ý về cách chuẩn bị và giảng.

Phil Crowter

A. Chỉ Dẫn Nhanh:
Cách Chuẩn Bị Bài Giảng Sách Phi-líp

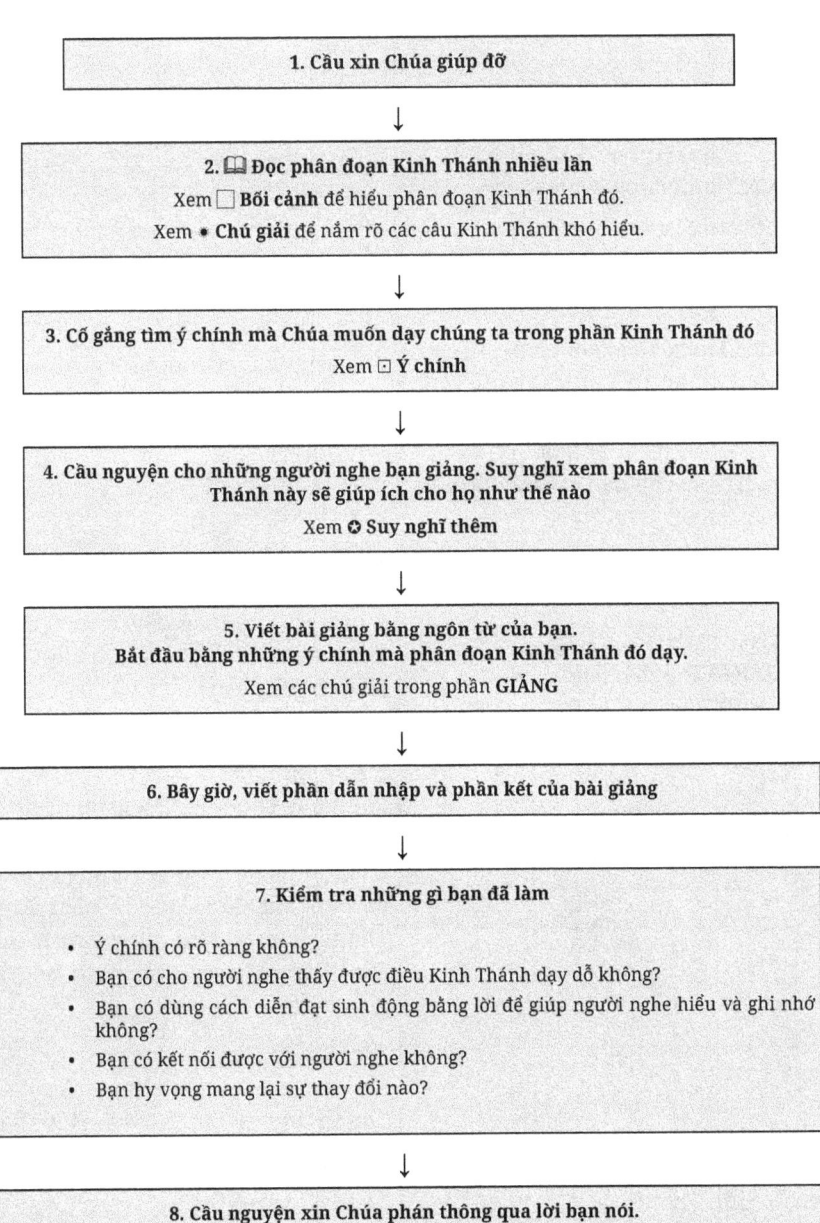

Muốn có thêm chỉ dẫn, xin đọc phần tiếp theo.

B. Cách Sử Dụng
Giảng Sách Phi-líp

Mỗi khi soạn bài giảng, bạn hãy bắt đầu với những việc dưới đây:

- Cầu nguyện xin Chúa giúp đỡ
- Đọc phân đoạn Kinh Thánh
- Cố gắng tìm ra ý chính mà Chúa muốn dạy chúng ta qua phân đoạn vừa đọc.

Sau đó, bạn có thể xem phần ghi chú. Mỗi bài giảng có hai trang ghi chú. Trang đầu tiên giúp bạn suy nghĩ về phân đoạn Kinh Thánh đó. Trang thứ hai cung cấp cho bạn các tiêu đề và ý cho bài giảng.

Khi nhìn thấy biểu tượng này 📖, bạn cần đọc Kinh Thánh.

TRANG NGHIÊN CỨU: HIỂU KINH THÁNH

Trang đầu tiên giúp bạn hiểu phân đoạn Kinh Thánh.

☐ **Bối cảnh**

Suy nghĩ về điều xảy ra trước và sau phân đoạn Kinh Thánh bạn sẽ giảng là việc quan trọng. Mỗi lần giảng chúng ta sẽ xem xét vài câu. Tuy nhiên, những câu này nằm trong tổng thể của toàn bộ thư tín mà Phao-lô gửi cho các Cơ Đốc nhân tại Phi-líp. Phải luôn đặt ra câu hỏi phân đoạn này tiếp tục điều Phao-lô đang nói như thế nào.

Phần **Bối cảnh** sẽ giúp bạn làm điều này.

▫ **Ý chính**

Chúng ta đã trình bày ý quan trọng nhất bằng vài từ. Hãy suy nghĩ về ý này. Bạn có thấy đây là điều phân đoạn Kinh Thánh đang dạy không? Hãy cố gắng sao cho ý này trở nên rõ ràng trong bài giảng của bạn.

✪ **Suy nghĩ thêm**

Phần này chọn ra điều gì đó từ phân đoạn Kinh Thánh mà bạn cần suy ngẫm thêm. Điều quan trọng là phải cố gắng nghiên cứu để hiểu Kinh Thánh là một điều quan trọng. Hãy cẩn thận suy nghĩ về cách bạn sẽ giảng ý này.

✻ **Chú giải**

Phần này giải thích những câu Kinh Thánh khó hiểu. Nó sẽ giúp bạn không phạm sai lầm khi giảng dạy.

TRANG GIẢNG: DẠY KINH THÁNH

Trang thứ hai giúp bạn trong việc dạy phân đoạn Kinh Thánh đó. Bạn cũng phải làm phần việc của mình. Trang này cho bạn các ý tưởng. Bạn phải lấy và sử dụng những ý đó cách tốt nhất. Chúng tôi cho bạn bộ xương, bạn phải lắp thịt vào bộ xương đó!

1. NHỮNG ĐIỀU CHÚNG TÔI ĐÃ VIẾT RA ĐỂ GIÚP BẠN

• **Hai hay ba tiêu đề.**

Chúng được viết **NHƯ THẾ NÀY**. Những tiêu đề này sẽ giúp bạn dạy Lời Kinh Thánh một cách rõ ràng. Bạn có thể thay đổi tiêu đề cho phù hợp hơn với thính giả của mình.

• **Chúng tôi cho bạn thấy Kinh Thánh nói gì.** Chúng tôi muốn mọi người nghe Kinh Thánh dạy. Hãy nhắc đi nhắc lại cho người ta thấy điều Kinh Thánh nói. Nếu họ có Kinh Thánh, hãy yêu cầu họ tìm câu Kinh Thánh bạn đang nói đến. Biểu tượng này 📖 sẽ giúp bạn biết khi nào cần làm như vậy.

• **Chúng tôi giải thích điều Kinh Thánh đang dạy.** Bạn cần suy nghĩ cách giải thích Kinh Thánh sao cho người nghe hiểu được. Bạn biết thính giả của mình, chúng tôi không biết.

Cho nên bạn sẽ diễn đạt tốt hơn chúng tôi.

• **Thỉnh thoảng chúng tôi dùng hình ảnh để diễn đạt.** Dưới đây là một ví dụ trong phần ghi chú Phi 1:1-5:

⊕ *Nhân viên vệ sinh lái xe tải đến nhà tôi lấy rác. Chúng tôi cần là "cộng sự" của nhau vì ai cũng muốn phố phường sạch đẹp. Có mười lăm mảnh gỗ cần gom lại. Nhưng những nhân viên này lười biếng chỉ lấy đi ba mảnh thôi.*

Hình ảnh ấy có thể không phù hợp với thính giả của bạn. Có lẽ khu nhà bạn không có xe tải gom rác. Người dạy Kinh Thánh phải tìm một hình ảnh tốt hơn để giúp người nghe hiểu được. Bạn sẽ phải tìm nhiều hình ảnh để dạy lẽ thật Kinh Thánh một cách sinh động hơn. Phải rất cẩn thận để điều bạn diễn tả cũng là điều Kinh Thánh đang nói đến.

• **Chúng tôi cho bạn thấy cách kết nối việc dạy Kinh Thánh với thính giả của bạn.** Điều quan trọng là nghe lời Đức Chúa Trời phán **với chúng ta**. Chúng ta cần biết sự dạy dỗ của Kinh Thánh khiến chúng ta thay đổi ra sao. Đây là một ví dụ. **Chúng tôi cho bạn một hoặc hai ý tưởng.** Bạn cần nghĩ ra thêm nhiều cách để kết nối Kinh Thánh với hội chúng của bạn. Bạn biết họ. Bạn biết Kinh Thánh cần phải thay đổi đời sống họ như thế nào.

Là cộng sự, chúng ta đều cần phải phục vụ. Bạn có phục vụ người khác không?

2. NHỮNG VIỆC KHÁC BẠN CẦN LÀM:

• **Suy nghĩ cách bắt đầu bài giảng.** Hội chúng của bạn cần thấy lý do vì sao hôm nay họ phải nghe bạn giảng. Hãy cho họ biết điều bạn sẽ dạy họ từ trong Kinh Thánh. Cho họ biết tại sao điều đó lại quan trọng đối với họ.

• **Suy nghĩ cách kết thúc bài giảng.** Hãy nhắc lại cho họ các ý chính. Cho họ điều gì đó để suy nghĩ hoặc để thực hiện.

• **Cầu nguyện!** Bạn đang nói cho hội chúng biết lẽ thật của Chúa từ Lời Ngài. Hãy cầu xin Chúa dùng lời bạn nói để phán với họ. Cầu xin lẽ thật của Chúa giúp họ thay đổi.

• <u>Hãy luôn sử dụng ngôn ngữ của bạn</u>. Đừng bao giờ nói tiếng Anh nếu thính giả của bạn không rành tiếng Anh.

C. Về Thư Tín của Phao-lô Gửi cho Người Phi-líp
Tư duy Phúc âm

Phi-líp là thành phố đầu tiên ở Châu Âu mà Phao-lô đến thăm. Phi-líp thuộc nước Hy Lạp. Trong Kinh Thánh, vùng này được gọi là Ma-xê-đoan (cách quốc gia Macedonia ngày nay một chút).

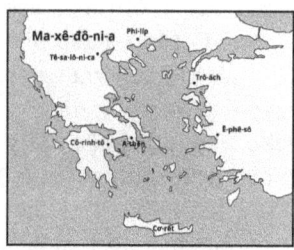

Tín hữu tại Phi-líp

📖 Công 16:6-40. Đây là hành trình truyền giáo thứ hai của Phao-lô. Người đầu tiên ở Phi-líp tin Chúa Giê-xu là Ly-đi và người cai ngục. Họ đã thành lập hội thánh tại Phi-líp.

Hội thánh này đã hỗ trợ Phao-lô trong công tác truyền giáo. Các Cơ Đốc nhân ở đây đã gửi tiền cho Phao-lô để ông không phải làm việc nhiều. Điều này khiến Phao-lô vui mừng, vì họ cũng yêu mến Phúc âm như ông. Họ là cộng sự của ông.

Nhưng có ba mối đe doạ trong hội thánh.

1. Một số người ghanh ghét với các tín hữu. Họ gây khó dễ cho các tín hữu.
2. Một số giáo sư người Do Thái dạy những điều sai trật. Họ nói rằng, nếu muốn là Cơ Đốc nhân thật, bạn phải trở thành người Do Thái.
3. Đáng buồn thay, một số Cơ Đốc nhân nghĩ sai về nhau, rồi nảy sinh cãi vã.

Thư của Phao-lô

Khoảng 10 năm kể từ sau lần thăm viếng thành Phi-líp đầu tiên, Phao-lô đang ở tù tại La Mã. (Lúc này là khoảng 30 năm sau khi Chúa Giê-xu chịu chết, tức khoảng 62 SC). Một ngày kia, có người đến thăm Phao-lô. Đó là Ép-ba-phô-đích. Ông lặn lội từ thành Phi-líp cách La Mã khoảng 800 dặm (khoảng 1280 km). Ép-ba-phô-đích đem theo món quà của hội thánh Phi-líp gửi tặng Phao-lô.

Phao-lô rất vui khi gặp ông. Ép-ba-phô-đích không được khoẻ trong suốt chuyến đi. Ông phải mất nhiều thời gian để bình phục. Khi đã bình phục, Phao-lô viết thư này cho hội thánh. Ép-ba-phô-đích mang thư trở về cho những người bạn của Phao-lô ở Phi-líp. Sau đây là một số điều Phao-lô nói trong thư:

- Phao-lô rất vui vì họ vẫn đồng công với ông. Ông muốn họ tiếp tục chia sẻ cho người khác về Chúa Giê-xu.
- Phao-lô căn dặn họ phải đề phòng giáo sư giả.
- Phao-lô khuyên họ phải khiêm nhường giống như Chúa Giê-xu. Họ không nên cãi nhau.

Trong thư, Phao-lô giúp họ **nghĩ đúng**. Ông cho họ tấm gương của những người có đời sống thể hiện họ có suy nghĩ giống Chúa Giê-xu. Mọi người nên học theo gương những người này! Khi chúng ta học cách nghĩ đúng, chúng ta sẽ sống đúng.

Thư tín này có nhiều bài học quan trọng cho tín hữu ngày hôm nay. Chúng ta cố gắng nghiên cứu để hiểu điều Phao-lô nói với họ. Rồi chúng ta sẽ thấy lời Chúa phán với chúng ta cách mạnh mẽ ra sao. Thư tín này chỉ dẫn chúng ta cách nghĩ đặt Chúa Giê-xu và Phúc âm lên hàng đầu. Chúng ta rất cần điều này trong cuộc sống và trong hội thánh!

Ở cuối quyển sách này, bạn sẽ thấy phần **BÀI HỌC TỪ SÁCH PHI-LÍP**. Bạn có thể sử dụng những câu hỏi này sau khi đã giảng xong sách Phi-líp. Hoặc bạn có thể sử dụng sau khi kết thúc mỗi chương.

Ở cuối quyển sách này, bạn cũng sẽ thấy phần **CẨM NANG - cách giảng sách Phi-líp**.

Phần này sẽ giúp bạn, hoặc nhóm những người giảng dạy Lời Chúa, biết cách sử dụng quyển sách này. Có năm bài nghiên cứu nhằm giúp bạn tự soạn bài giảng sách Phi-líp. Mục đích là để bạn không phải phụ thuộc quá nhiều vào điều chúng tôi nói. Phần này sẽ giúp bạn tự nghiên cứu. Nó sẽ hướng dẫn bạn cách trở thành một người giảng tốt hơn. Hãy đọc phần ấy **trước khi** bạn dùng quyển sách này.

GIẢNG SÁCH PHI-LÍP

D: NGHIÊN CỨU VÀ GIẢNG DẠY THƯ TÍN PHAO-LÔ GỬI CHO NGƯỜI PHI-LÍP

NGHIÊN CỨU: Phi-líp 1:1-5

1 NHỮNG CỘNG SỰ TRONG TIN LÀNH

☐ **Bối cảnh**

Phao-lô đang ở tù tại La Mã (Phi 1:12-14). Ông không thể đến thăm các tín hữu ở Phi-líp. Ông không thể dạy dỗ họ về Chúa Giê-xu. Nhưng ông có thể khích lệ những tín hữu này. Ông có thể giúp họ tiếp tục giữ vững đức tin.

Đây là cách đầu tiên Phao-lô giúp họ. Ông cho họ biết họ có ý nghĩa đối với ông như thế nào. Phao-lô là một sứ đồ. Đức Chúa Trời đã cho ông thẩm quyền trên các hội thánh. Nhưng ông viết thư trong tư cách một 'đầy tớ' và một người bạn hữu thương mến người Phi-líp. 📖 **Phi 1:1-5**

☐ **Ý chính**

Phao-lô và các Cơ Đốc nhân ở Phi-líp là cộng sự của nhau. Họ giúp đỡ nhau trong công tác rao truyền Tin lành.

(Khi Phao-lô nói 'Tin lành' ông muốn nói đến **toàn bộ** sứ điệp về Chúa Giê-xu. Tin lành của Chúa Giê-xu đem mọi người đến chỗ tin nhận Chúa Giê-xu và giúp Cơ Đốc nhân sống cho Chúa Giê-xu).

○ **Suy nghĩ thêm**

Lòng yêu mến cùng một Tin lành đã gắn kết Phao-lô và hội thánh Phi-líp lại với nhau. Điều này có ý nghĩa gì đối với chúng ta? Làm thế nào chúng ta trở thành những người đồng công với các tín hữu khác?

Ví dụ: chúng ta dâng hiến giúp đỡ các giáo sĩ.

Nhưng việc hội thánh nào mình cũng cộng tác, người nào tự xưng là Cơ Đốc nhân mình cũng cộng tác là điều không tốt. (Tại Phi-líp có nhiều người sùng đạo mà Phao-lô muốn Cơ Đốc nhân khác phải tránh xa; Phi 3:2, 18-19).

✱ **Chú giải**

• **Phi 1:1**. 'Thánh đồ' ('Dân sự Đức Chúa Trời') nghĩa là 'dân thánh'. Phao-lô không có ý nói đến những Cơ Đốc nhân đặc biệt. Ông muốn nói đến mọi Cơ Đốc nhân. Đức Chúa Trời kêu gọi chúng ta trở nên thánh khiết (được biệt riêng cho Đức Chúa Trời).

• **Phi 1:1**. 'Giám mục'. Có nhiều từ ngữ khác nhau chỉ **người lãnh đạo hội thánh** (người coi sóc, mục sư, trưởng lão). 'Chấp sự' ('người giúp việc') giúp đỡ những người lãnh đạo hội thánh.

• **Phi 1:5**. 'Cộng tác trong việc rao truyền Tin lành'. Chúng ta thường nói đến "sự thông công". Từ này thật sự có nghĩa là 'cộng tác' hay 'đồng công'. Đức Chúa Trời không muốn Cơ Đốc nhân chỉ vui vẻ với nhau. Ngài muốn chúng ta **làm việc** với nhau vì Tin lành. Chúa muốn chúng ta giúp đỡ lẫn nhau, trở thành cộng sự của nhau.

GIẢNG: Phi-líp 1:1-5

CỘNG SỰ LÀ AI? 📖 Phi 1:1

Phao-lô và Ti-mô-thê, NHỮNG NGƯỜI ĐẦY TỚ

Thật là một tấm gương cho tất cả chúng ta! Vị sứ đồ vĩ đại Phao-lô tự xưng mình là đầy tớ! Giống như Cứu Chúa vĩ đại của chúng ta.

⊕ Tôi có nghe nói đến một hội thánh tại Pê-ru. Tín hữu của hội thánh đó hầu hết là người nghèo. Thỉnh thoảng cũng có những người có học thức hơn đến nhóm. Họ có nhiều tiền hơn, nên họ nghĩ rằng họ quan trọng hơn. Họ muốn trở thành **người lãnh đạo**, thành **ông chủ**. Thật đáng buồn! Giá mà họ sẵn sàng làm **đầy tớ** thì họ sẽ ích lợi hơn.

Để trở thành những cộng sự, tất cả chúng ta đều cần phải phục vụ. Bạn có phục vụ người khác không?

Con dân Chúa tại Phi-líp, CÁC THÁNH ĐỒ

Phao-lô biết trong hội thánh có một số vấn đề. Nhưng ông vẫn gọi tất cả các Cơ Đốc nhân là "thánh đồ". Thánh đồ nghĩa là 'dân thánh - được biệt riêng cho Đức Chúa Trời'. Đức Chúa Trời làm cho Cơ Đốc nhân nên thánh. Ngài tẩy sạch chúng ta nhờ huyết của Chúa Giê-xu.

Bạn có nghĩ mình thuộc về dân thánh của Đức Chúa Trời không? Điều này được thể hiện ra sao trong đời sống bạn?

ĐIỀU GÌ KHIẾN CHÚNG TA TRỞ THÀNH CỘNG SỰ?
📖 Phi 1:5

Chuyện gì xảy ra khi bạn gặp ai đó có cùng mối quan tâm với bạn? [Ví dụ] Các bạn có thể nói chuyện với nhau hàng tiếng đồng hồ ấy chứ!

Với Tin lành cũng vậy. Tin lành giống như chất keo kết chúng ta lại với những người cũng yêu mến sứ điệp về Chúa Giê-xu. Chúng ta cảm thấy thật sự gần gũi với họ. Và thật vui khi làm việc với họ, trở thành **những cộng sự** của họ. Chúng ta muốn giúp họ nói về Chúa Giê-xu cho người khác. Bạn có cảm nhận như vậy không? Hãy suy nghĩ câu chuyện dưới đây:

⊕ Nhân viên vệ sinh lái xe tải đến nhà tôi lấy rác. Chúng tôi cần là người "cộng sự" của nhau, vì ai cũng muốn giữ phố phường sạch đẹp. Có 15 mảnh gỗ cần gom lại. Nhưng những nhân viên này lười biếng này chỉ lấy đi ba mảnh thôi.

Bạn có giống những nhân viên này không? Bạn nói rằng bạn yêu mến Tin lành, nhưng bạn không muốn hăng say làm việc. Bạn có muốn thay đổi không? Bạn cần làm gì để hoàn tất phần việc của mình?

Vậy thì làm thế nào Phao-lô và người Phi-líp cùng làm việc với nhau như những cộng sự? Hãy nhớ Phao-lô đang ở trong tù. Ông đang ở rất xa họ. 📖 Phi 1:3-4 cho biết một cách.

Cầu nguyện là cách hỗ trợ Tin lành vô cùng tuyệt vời. Hãy nhìn xem niềm vui của Phao-lô khi ông nghĩ đến những người bạn tại Phi-líp! Bạn có biết người nào rất yêu mến Tin lành không? Bạn có muốn **cộng tác** với họ không? Bạn có cầu nguyện cho họ không?

NGHIÊN CỨU: Phi-líp 1:6-8

2   TIN TƯỞNG

■ **Bối cảnh**

Phao-lô và Cơ Đốc nhân tại Phi-líp là những cộng sự. Họ giúp nhau trong công tác rao truyền Tin lành (Phi 1:1-5). Khi bạn làm việc chung với nhau như thế, bạn cần tin tưởng (tin chắc) nhau. Bây giờ chúng ta xem tại sao Phao-lô vui mừng về những tín hữu này.

Tìm lý do trong 📖 **Phi 1:4-8**.

◻ **Ý chính**

Phao-lô rất vui về những Cơ Đốc nhân này. Ông có thể nhìn thấy Đức Chúa Trời hành động trong đời sống họ. Và ông có thể thấy họ làm việc vì Tin lành.

✪ **Suy nghĩ thêm**

Công việc của Đức Chúa Trời và của chúng ta. Đức Chúa Trời **luôn luôn** hành động trước. Ngài cứu chúng ta. Ngài biến đổi tấm lòng chúng ta. Và Ngài bảo đảm rằng Ngài sẽ hoàn tất công việc của Ngài để không một ai là con cái Ngài bị hư mất.

(📖 **2 Ti 1:12; Giăng 10:27-28.**)

Công việc của chúng ta - điều **tín hữu** làm là vì những gì Chúa đã làm trong họ. Người Phi-líp làm việc với Phao-lô trong công tác rao truyền Tin lành vì Đức Chúa Trời đã hành động trong họ để cứu họ.

(📖 **Phi 2:13; Êph 2:10**)

✷ **Chú giải**

Phi 1:6. 'Ngày của Đấng Christ Giê-xu', có nghĩa là ngày Chúa Giê-xu sẽ trở lại. Khi đó Ngài sẽ hoàn tất việc Ngài làm trong chúng ta.

Phi 1:7. 'Dù khi bị xiềng xích hoặc lúc bênh vực và biện minh cho Tin lành'. Các Cơ Đốc nhân tại Phi-líp giúp đỡ Phao-lô trong **tù** và trong việc **rao giảng** về Chúa Giê-xu.

Phi 1:7. 'Tất cả anh em đều dự phần ân điển đã ban cho tôi', hoặc 'tất cả anh em đã chia sẻ với tôi trong đặc ân ('vinh dự') mà Đức Chúa Trời ban cho tôi'. Chính **tặng phẩm** ('ân điển') của Đức Chúa Trời đã vận hành trong ông. Và thật vui khi những người khác cùng dự phần vào công việc này.

Phi 1:8. Đức Chúa Trời biết rằng điều đó là đúng. Phao-lô yêu mến những tín hữu này bằng những tình cảm sâu sắc ('thương mến') bắt nguồn từ chính Chúa Giê-xu.

GIẢNG: Phi-líp 1:6-8

"Tôi lo cho anh ấy". Bạn có bao giờ có suy nghĩ như vậy không? Có lẽ bạn lo cho một người bạn miệng thì nói rằng mình tin cậy Chúa nhưng đời sống dường như không giống một Cơ Đốc nhân. Phao-lô không lo cho các Cơ Đốc nhân ở Phi-líp! Ông tin tưởng họ vì hai lý do quan trọng sau:

VIỆC CHÚA LÀM TRONG CHÚNG TA 📖 Phi 1:6

⊕ Lần nọ, tôi bắt đầu làm mô hình xe cứu hoả từ các que diêm. Nếu tôi làm xong, mô hình ấy sẽ rất đẹp. Nhưng vì mất nhiều thời gian nên tôi đâm nản và bỏ cuộc.

• Ngợi khen Đức Chúa Trời! Ngài không bỏ dở công việc Ngài làm trong chúng ta. Phao-lô tin quyết điều gì?

Phao-lô không tin quyết vì các Cơ Đốc nhân ấy đủ mạnh mẽ để tiếp tục trong đức tin. Không phải ông tin tưởng vì họ là những Cơ Đốc nhân rất tốt. Mà ông tin tưởng vào **công việc của Đức Chúa Trời**. Ngài không bao giờ bắt đầu việc gì rồi bỏ cuộc. Ngài không bao giờ kêu gọi mọi người bước vào gia đình của Ngài, rồi để họ ra đi. Ngài không bao giờ nhìn những Cơ Đốc nhân và nghĩ rằng họ sẽ không bao giờ về đích. Có thể phải mất nhiều thời gian, nhưng Đức Chúa Trời luôn hoàn tất công việc Ngài đã bắt đầu.

• Nếu xe chữa lửa của tôi là vật rất quý giá thì có lẽ tôi đã không bỏ cuộc! Tại sao Đức Chúa Trời không bỏ cuộc? (Ê-phê-sô 5:25-27)

Có thể chúng ta cảm thấy mình là những Cơ Đốc nhân tồi. Chúng ta thường xuyên làm Chúa thất vọng. Có lẽ chúng ta nghĩ rằng mình sẽ bỏ cuộc. Hãy nhớ rằng Chúa sẽ không nản lòng mà từ bỏ chúng ta! Chúng ta vô cùng quý giá đối với Ngài! Chúa Giê-xu đã trả giá bằng huyết của Ngài để có được chúng ta. Và khi Ngài trở lại, chúng ta sẽ nên trọn vẹn! Công việc của Chúa trong chúng ta sẽ được hoàn tất.

CÔNG VIỆC CHÚNG TA LÀM CHO NGÀI 📖 Phi 1:7-8

Làm thế nào Phao-lô tin chắc về công việc Chúa làm trong những Cơ Đốc nhân này? Một phần là vì ở trong tù, ông nghe những tin tốt đẹp về họ. Ông nghe nói họ làm việc vì Tin lành ra sao. **Việc chúng ta làm cho Chúa chứng tỏ Đức Chúa Trời đã hành động trong chúng ta.**

Hãy nhớ đến **Phi 1:5**. Trong Phi 1:7, Phao-lô nói nhiều hơn về cách họ dự phần với ông trong việc rao truyền Tin lành. Phao-lô đang ở tù, vì vậy họ lo lắng cho ông. Có người đã đi cả mấy tuần đường để đem quà đến cho Phao-lô trong tù. Vì Phao-lô không thể tiếp tục công tác rao truyền Tin lành nên họ đã làm công việc này! Hãy xem Phao-lô ngập tràn niềm vui và sự mến thương những Cơ Đốc nhân này ra sao. Ông tin tưởng ở họ!

Các Cơ Đốc nhân khác có thể tin tưởng về bạn không? Tại sao có hoặc tại sao không? Bằng cách nào bạn ngày càng giống những Cơ Đốc nhân tại Phi-líp hơn?

NGHIÊN CỨU: Phi-líp 1:9-11

3   TÔI CẦU NGUYỆN CHO ANH EM

☐ **Bối cảnh**

Phao-lô ngập tràn vui mừng khi ông nhớ đến những Cơ Đốc nhân này. Lý do là vì ông có thể thấy Chúa hành động trong đời sống họ. Ông cũng vui mừng vì họ cùng cộng tác với ông rao truyền Tin lành.

📖 **Phi 1:3-8**

Phao-lô muốn những người bạn này trở thành những Cơ Đốc nhân tăng trưởng. Vì vậy ông cầu nguyện. Hãy chú ý điều ông cầu xin cho họ. Hãy suy nghĩ tại sao ông chọn những điều này.

📖 **Phi 1:9-11**

◘ **Ý chính**

Phao-lô cầu xin **thêm yêu thương,**

để chúng ta **biết lựa chọn điều tốt nhất,**

để chúng ta **sống sao cho Đức Chúa Trời được khen ngợi.**

✪ **Suy nghĩ thêm**

Suy nghĩ xem những điều Phao-lô cầu xin giúp ích gì cho việc cầu nguyện của chúng ta? Chúng ta cầu nguyện cho nhau như thế nào? Làm thế nào bạn có thể giúp hội thánh của mình cầu nguyện về những vấn đề này?

✵ **Chú giải**

Phi 1:9. Ở đây Phao-lô cầu xin hai điều: thêm lên yêu thương và yêu thương cách khôn ngoan. Ông muốn họ yêu mến những điều đúng đắn.

Phi 1:10. Khi chúng ta yêu mến điều phải lẽ, chúng ta sẽ **chọn** ('phân biệt') điều tốt nhất! Khi chúng ta chọn điều tốt nhất, chúng ta sẽ **sống** cuộc đời tốt đẹp ('tinh sạch, không chỗ chê trách').

Rồi chúng ta sẽ sẵn sàng cho ngày Chúa đến.

Phi 1:11. Khi chúng ta chọn điều tốt nhất, đời sống chúng ta sẽ sinh **bông trái** của Chúa Giê-xu. Ngài sẽ sản sinh điều tốt đẹp và thánh khiết trong chúng ta. Điều đó sẽ đem đến vinh hiển và sự khen ngợi cho Đức Chúa Trời!

GIẢNG: Phi-líp 1:9-11

TÌNH YÊU DƯ DẬT VÀ TỐT ĐẸP HƠN!
📖 **Phi 1:9**

⊕ Hãy tưởng tượng bạn có một cái lò nóng rực. Bạn không cần thổi lửa cho nó nóng thêm. Bạn không cần thêm củi vào lò nữa!

Các Cơ Đốc nhân tại Phi-líp đã có tình yêu nồng cháy. Bây giờ Phao-lô cầu xin như thể bỏ thêm củi vào lửa. Ông xin tình yêu thương của họ càng nóng cháy hơn nữa!

Và không chỉ nóng cháy hơn, mà còn phải **khôn ngoan hơn**. Ngay cả tình yêu cũng có thể mất kiểm soát, giống như lửa vậy. Vì thế, Phao-lô cầu nguyện cho họ biết yêu mến điều đúng.

• Những điều đúng cần phải yêu mến là gì? Chúng ta có thể hay yêu mến những điều sai trật nào? Làm thế nào để có khả năng phân biệt?

Nếu đọc Kinh Thánh, chúng ta sẽ tăng trưởng để biết yêu mến những điều Đức Chúa Trời yêu mến.

Đời sống Cơ Đốc của bạn thỉnh thoảng có bị nguội lạnh và lười nhác không? Hãy xin Chúa thêm lên trong bạn lòng yêu mến! Hãy cầu nguyện cho chính mình và cho các Cơ Đốc nhân khác nữa. Xin Chúa cho bạn có tình yêu khôn ngoan để yêu những điều Đức Chúa Trời yêu.

NHỮNG CHỌN LỰA TỐT NHẤT
📖 **Phi 1:10**

• Mỗi ngày bạn có những sự lựa chọn khác nhau nào?

Chọn ăn gì hay mặc gì chỉ là chuyện nhỏ. Nhưng chọn điều phải làm hay nói mới là chuyện quan trọng. Đôi khi chúng ta phải đưa ra những quyết định quan trọng. Phao-lô cầu nguyện xin Chúa giúp chúng ta biết cách lựa chọn điều tốt nhất.

Đức Chúa Trời không chỉ muốn chúng ta nói không với những điều xấu. Đôi khi chúng ta cần nói không với **điều tốt**, để chúng ta có thể chọn **điều tốt nhất**!

[Cho vài ví dụ. Hoặc bạn có thể nói về điều này trong nhóm. Những điều tốt đẹp nhất cần làm hay nói là gì? Sau đó cùng nhau cầu xin Chúa dạy bạn biết chọn điều tốt nhất.]

SỐNG CHO VINH HIỂN CỦA ĐỨC CHÚA TRỜI
📖 **Phi 1:10-11**

Khi chúng ta lựa chọn điều tốt nhất, thì đời sống chúng ta sẽ thế nào?

1. Không có điều xấu (Phi 1:10)
2. Có nhiều điều tốt (Phi 1:11).

Rồi chúng ta sẽ sẵn sàng khi Chúa Giê-xu trở lại. Và đời sống chúng ta sẽ đem lại sự ngợi khen và vinh hiển cho Chúa!

*Bạn có muốn **điều đó** trên hết mọi thứ không? Không phải để **người ta** nghĩ rằng bạn tốt đẹp, mà vì bạn muốn **Đức Chúa Trời** được khen ngợi! Hãy cầu nguyện như Phao-lô - Chúa sẽ nhậm lời!*

NGHIÊN CỨU: Phi-líp 1:12-18

4 ĐIỀU QUAN TRỌNG

☐ **Bối cảnh**

Phao-lô đang ở trong tù. Nhưng ông không muốn bạn bè tại Phi-líp lo lắng cho ông. Ông không muốn họ nghĩ rằng mọi chuyện đều trở nên tồi tệ. Ông không muốn họ ngừng nói về Chúa Giê-xu cho người khác. Phao-lô muốn họ nhìn sự việc như cách Chúa nhìn. Ông đang ngồi tù, nhưng ông vẫn vui. Ông vui vì người khác vẫn đang nói về Chúa Giê-xu.

📖 **Phi 1:12-18**

Phao-lô đang bị xiềng xích, nhưng ông tự do nói về Chúa.

◻ **Ý chính**

Điều quan trọng là mọi người được nghe tin tốt lành về Chúa Giê-xu. Còn vấn đề của chúng ta không quan trọng.

✪ **Suy nghĩ thêm**

Phao-lô vui mừng khi người khác rao giảng về Chúa Giê-xu, cho dù họ ghen ghét ông. Những người này nghĩ xấu về Phao-lô, nhưng họ lại nói ra **lẽ thật** về Chúa Giê-xu.

Phao-lô không bao giờ vui mừng khi người ta dạy **những điều sai trật** về Chúa Giê-xu. Cần bảo đảm thính giả của bạn hiểu điều này. Chúng ta không bao giờ có thể vui mừng khi có những nhóm dạy **những điều sai trật** về Chúa Giê-xu.

✹ **Chú giải**

Phi 1:12. Phao-lô đang ở tù, nhưng điều đó không ngăn cản Tin lành được rao truyền. Thật vậy, Tin lành đã tấn tới. Có thêm nhiều người được nghe sứ điệp.

Phi 1:13. Những cai ngục La Mã đều được nghe Tin lành.

Phi 1:14. Bên ngoài nhà tù, các diễn giả thêm can đảm để rao truyền Tin lành.

Phi 1:15-18. Một số người yêu mến Phao-lô cũng rao giảng Tin lành. Những người ganh tị với Phao-lô cũng giảng Tin lành. Nhưng họ có 'tham vọng ích kỷ' (họ muốn người khác nghĩ rằng họ giỏi). Họ có những 'động cơ' xấu (họ muốn giảng vì những lý do sai trật). Nhưng điều quan trọng là người khác được nghe tin tốt lành về Chúa Giê-xu. Vì vậy Phao-lô vui mừng!

GIẢNG: Phi-líp 1:12-18

⊕[Kể một câu chuyện cho thấy chúng ta cần nhìn sự việc **cách đúng đắn**.] Tiếng lạch cạch ngoài cửa làm bạn tỉnh giấc. Bạn nhìn ra và thấy một người đàn ông. Trộm! Nhưng mắt bạn không thấy rõ, nên bạn đeo kính vào và nhìn một lần nữa. Thì ra là một người bạn. Người ấy đến để sửa lại cánh cửa.

Phao-lô giúp chúng ta đeo kính vào và nhìn sự việc cách đúng đắn. Trước tiên, chúng ta thấy Phao-lô ở tù nên chúng ta buồn. Chúng ta nghĩ rằng ông không thể giảng Tin lành được nữa. Chúng ta nghĩ rằng người khác sẽ không được nghe về Chúa Giê-xu nữa. Nhưng Phao-lô muốn chúng ta đeo kính vào và vui mừng! Điều "tồi tệ" thật sự lại là điều tốt!

• Điều "tồi tệ" nào trong khúc Kinh Thánh này lại có nghĩa là Tin lành đang tiến tới?

TIN LÀNH TRONG TÙ
📖 **Phi 1:12-13**

Đối với Phao-lô, ở tù thì chẳng có gì vui vẻ cả. Xiềng xích nặng nề cột ông với hai tên lính gác. Nhưng Phao-lô không quan tâm! Điều đó có nghĩa là ông có thể nói về Chúa Giê-xu cho lính gác. Rồi họ sẽ nói với những người lính gác khác nữa. Có đến 9.000 người trong tù. Tất cả đều sẽ nghe về Chúa Giê-xu! Phao-lô muốn bạn bè của ông tại Phi-líp phấn khởi chứ không đau buồn về việc này.

TIN LÀNH NGOÀI NHÀ TÙ
📖 **Phi 1:14-18**

Phao-lô nghe một việc còn đau đớn hơn cả xiềng xích ông phải chịu. Một số người ganh tị với ông. Phao-lô đang trong tù, còn họ muốn trở thành người giảng Tin lành hàng đầu. Nhưng Phao-lô vẫn có thể nhìn thấy khía cạnh tốt đẹp! Điều đó đồng nghĩa với việc có thêm nhiều người rao giảng về Chúa Giê-xu! Họ không có cảm tình với Phao-lô, nhưng họ nói cho người khác biết lẽ thật về Chúa Giê-xu. Vì vậy Phao-lô vui mừng.

Thậm chí ông còn vui mừng hơn khi việc ông ở tù giúp ích cho một số **bạn hữu**. Họ không còn **sợ** ngục tù nữa. Họ can đảm hơn trước khi giảng về Chúa Giê-xu!

Điều quan trọng là người ta được nghe tin tốt lành về Chúa Giê-xu.

• Điều tồi tệ nào thật sự có thể trở thành điều tốt đẹp vì có thêm nhiều người nghe về Chúa Giê-xu?

Đó có phải là điều quan trọng nhất đối với bạn không? Đó có phải là cách bạn nhìn sự việc khi mọi việc không xảy ra như ý bạn muốn không? Hay lúc nào bạn cũng chỉ nhìn thấy mặt tiêu cực?

⊕ Năm 1956, người Ấn Auca ở Nam Mỹ đã giết Jim Elliot và bốn giáo sĩ khác. Đó dường như là việc đau lòng, nhưng gương của họ đã giúp hàng ngàn người sau họ sẵn sàng nói về Chúa Giê-xu.

Hãy cầu xin Chúa giúp bạn nhìn sự việc như cách Phao-lô nhìn để bạn không phiền lòng khi bị tổn thương, để điều bạn quan tâm nhất là Tin lành được phát triển.

NGHIÊN CỨU: Phi-líp 1:19-26

5 LỰA CHỌN CỦA CHÚA GIÊ-XU

☐ **Bối cảnh**

Phao-lô đã **cầu nguyện** xin Chúa giúp Cơ Đốc nhân có lựa chọn tốt nhất. 📖 **Phi 1:9-11**. Bây giờ ông nêu ví dụ của chính mình. Phao-lô đang ở tù. Ông không biết điều gì sẽ xảy ra với mình. Chọn lựa của ông là gì? Chọn lựa của Phao-lô là chọn lựa của Chúa Giê-xu. 📖 **Phi 1:19-26**

Phao-lô không muốn người ta nghĩ rằng ông là một Cơ Đốc nhân tuyệt vời. Ông muốn chỉ cho những tín hữu này cách nghĩ đúng. Đức Chúa Trời muốn chúng ta **nghĩ** đúng, để chúng ta **chọn** đúng, nhằm **sống đúng**. Phao-lô muốn dùng tấm gương của mình để giúp đỡ chúng ta. 📖 **Phi 3:17**

☐ **Ý chính**

Phao-lô ao ước được **về với** Chúa. Nhưng **phục vụ** Đấng Christ còn tốt hơn thế.

◉ **Suy nghĩ thêm**

Phao-lô không thể thật sự lựa chọn mình sẽ sống hay chết. Ông biết đó là sự lựa chọn của Chúa. Nhưng bạn có thể nói rằng chết là điều ích lợi không? Có nhiều người sợ chết. Hãy giúp thính giả của bạn nhìn thấy rằng, đối với tín hữu sự chết không phải là điều đáng sợ. Sự chết đem họ trở về nhà!

✶ **Chú giải**

Phi 1:19. 'Sự cứu rỗi' còn được hiểu là 'sự giải cứu' hoặc 'sự giải phóng'. Phao-lô không biết kẻ cai trị La Mã (Sê-sa) sẽ quyết định số phận ông thế nào. Nhưng ông biết rằng Đức Chúa Trời sẽ nghe lời cầu nguyện của họ. Thậm chí nếu chết, thì Phao-lô vẫn bình an. Cho dù chuyện gì xảy ra, Đức Chúa Trời cũng sẽ khiến mọi sự xảy ra vì sự 'cứu rỗi' của ông. Đó sẽ là điều tốt cho Phao-lô!

Phi 1:20. Ngay cả khi Sê-sa giết Phao-lô, thì ông vẫn mong có được sự can đảm để tôn cao danh Chúa.

Phi 1:22-24. Phao-lô rất muốn về với Chúa. Nhưng nếu ông sống, thì ông vẫn có công tác để làm vì Tin lành. Các Cơ Đốc nhân cần ông.

Phi 1:25-26. Vì vậy, Phao-lô tin rằng ông sẽ sống. Phao-lô muốn giúp họ tăng trưởng trong đức tin. Ông muốn họ được vui mừng khi ông gặp lại họ.

GIẢNG: Phi-líp 1:19-26

SỐNG HAY CHẾT?
📖 **Phi 1:21-22**

Bạn có sẵn sàng sống không? Bạn có sẵn sàng chết chưa? Nhiều người thấy cuộc sống quá khó khăn - nhưng cái chết còn kinh khủng hơn! Tại sao Phao-lô lại không nghĩ như vậy?

Đấng Christ đem đến sự khác biệt! **'Sống là Đấng Christ'**. Hãy nghĩ đến Phao-lô trong tù. Xiềng xích làm cho ông đau đớn. Ông không được tự do đi ra ngoài. Nhưng hãy nhìn ông! Ông có buồn bã không? Ông có phàn nàn không? Không hề! Ông tràn đầy niềm vui vì Chúa Giê-xu. Ông nói về Chúa Giê-xu. Ông ngồi tù vì Chúa Giê-xu. Cuộc đời của ông hoàn toàn là vì Chúa Giê-xu!

'Chết là ích lợi (sẽ mang lại thêm nhiều điều nữa)'. Phao-lô không muốn **trốn chạy** cuộc sống. Nhưng ông thật sự muốn về với Chúa! Đó sẽ là điều vui mừng hơn nữa. Phao-lô không sợ chết. Sự chết giống như cánh cửa dẫn đến Chúa Giê-xu.

Hãy suy nghĩ về cuộc đời bạn. Bạn sống vì điều gì? Với bạn, sống là....? Có lẽ đời bạn có rất nhiều lẽ sống. Hoặc có thể nó đang rỗng tuếch.

*Hãy nghĩ đến cái chết của bạn. Bạn có sợ chết không? Tại sao người ta sợ chết? Chúng ta không thể lựa chọn chết lúc nào, nhưng chúng ta có thể chọn **sống như thế nào**. Bạn có muốn sống cho **Đấng Christ** không? Chỉ khi đó bạn mới sẵn sàng để chết. Bạn sẽ không sợ chết vì sự chết đem bạn trở về với Chúa Giê-xu!*

CHÚA GIÊ-XU HAY TÔI?

Phao-lô chỉ cho chúng ta cách chọn lựa trong cuộc sống. Phao-lô có thể sống hoặc chết, nhưng ông đã chọn hai điều

1. Tôn vinh Đấng Christ.
📖 **Phi 1:19-20**

Phao-lô biết rằng bất cứ lúc nào, lính gác cũng có thể đem ông làm mồi cho sư tử. Nhưng Phao-lô không lo lắng. Hãy suy nghĩ về điều này! Phao-lô quan tâm đến việc khác hơn. Ông muốn có sự can đảm để **tôn vinh Đấng Christ**. Chúa Giê-xu quan trọng hơn nhiều so với việc Phao-lô sống hay chết.

2. Đặt người khác trước nhất.
📖 **Phi 1:24-26**

Phao-lô muốn được chết, nhưng với ông như vậy thì hơi ích kỷ! Các tín hữu cần ông sống. Phao-lô muốn tận hưởng cuộc sống với Đấng Christ, nhưng có một việc còn quan trọng hơn! Ông thích giúp đỡ các Cơ Đốc nhân trước đã. Ông thích đem cho **họ** niềm vui hơn. Ông có thể hoãn lại việc tận hưởng niềm vui trên thiên đàng với Chúa Giê-xu!

*Chúa hay tôi? Mỗi ngày chúng ta đều phải lựa chọn. Những lựa chọn này cho thấy chúng ta muốn **tôn vinh Đấng Christ**; hay quan tâm đến bản thân. Những lựa chọn của tôi cho thấy tôi đặt **người khác trước nhất** hay tôi là trên hết. [Nói thêm về những lựa chọn này. Cho ví dụ].*

NGHIÊN CỨU: Phi-líp 1:27-30

6   CHIẾN ĐẤU VÌ TIN LÀNH

▢ Bối cảnh

Tại sao Phao-lô nói nhiều về những khó khăn của riêng ông? 📖 **Phi 1:12-26**

Đó là vì ông muốn giúp đỡ các tín hữu tại Phi-líp vượt qua khó khăn của họ. Phao-lô đi đến ý chính của chương này. Ông muốn các Cơ Đốc nhân chiến đấu cho lẽ thật về Chúa Giê-xu (Tin lành) như chính ông cũng chiến đấu cho Tin lành. 📖 **Phi 1:27-30**

▢ Ý chính

Hãy giống như Phao-lô! Hãy sống cho Tin lành, chiến đấu vì Tin lành, chịu khổ vì Tin lành.

✺ Suy nghĩ thêm

Đây là phân đoạn Kinh Thánh rất hữu ích cho những người giảng Lời Chúa hoặc các mục sư. Hãy cầu nguyện nhiều về điều này. Bạn có vui lòng sống cuộc đời như thế không? Đây có phải là cách hội thánh nghĩ về Tin lành không? Bạn có giúp họ cùng làm việc để có thêm nhiều người được nghe về Chúa Giê-xu và sống cho Ngài không?

✹ Chú giải

Phi 1:27. Chúng ta phải sống giống với Tin lành mà chúng ta đang rao giảng. Đời sống chúng ta phải đầy dẫy tình yêu thương và lẽ thật vì Tin lành đầy tình yêu thương và lẽ thật.

Phi 1:27. Khi Phao-lô đến Phi-líp (hay khi ông nghe tin tức về họ), ông tìm thấy gì? Phao-lô hy vọng tìm được những người **cùng** chiến đấu ('đấu tranh', 'đua tranh') cho Tin lành, giống như đội thi đấu thể thao vậy. Mọi người đều cố gắng hết sức. Họ **cùng nhau** thi đấu để chiến thắng.

Phi 1:28. Khi chúng ta không để cho kẻ thù làm cho mình khiếp sợ, nó chứng tỏ hai điều. (1) cho kẻ thù thấy rằng chúng sẽ thua và Đức Chúa Trời sẽ trừng phạt chúng. (2) cho thấy rằng Đức Chúa Trời đã cứu chúng ta và sẽ giữ chúng ta cho đến cuối cùng.

Phi 1:29. Thật là một đặc ân (vinh dự, điều tốt lành) khi chịu khổ vì Chúa Giê-xu! Đó là **ơn** Chúa ban. Chúa ban cho Cơ Đốc nhân **đức tin** lẫn **đau khổ**.

Phi 1:30. Phao-lô đang ở tù, nhưng không chỉ có Phao-lô chịu khổ. Mọi con dân Chúa đều cùng nhau chịu khổ khi họ chiến đấu vì Tin lành.

GIẢNG: Phi-líp 1:27-30

SỐNG CHO TIN LÀNH
📖 **Phi 1:27**

⊕ Đôi khi cầu thủ giỏi nhất lại là người có cách cư xử tệ bạc [hãy nghĩ ra một ví dụ]. Hành vi không đẹp của họ làm cho người khác không có thiện cảm với môn thể thao đó.

• Khi các Cơ Đốc nhân cư xử tệ, người khác nghĩ gì về sứ điệp mà họ rao giảng? Loại hành vi nào khiến người ta quay lưng với Chúa?

Hãy nghĩ xem Tin lành về Chúa Giê-xu tốt đẹp như thế nào. Nó ngập tràn tình yêu thương, lẽ thật và niềm vui. **Đời sống chúng ta cũng phải giống Tin lành đó**, đầy dẫy tình thương, lẽ thật và sự vui mừng.

Điều gì làm Đức Chúa Trời vui? Khi chúng ta có nhiều ân tứ hay chúng ta sống giống Chúa Giê-xu? Khi chúng ta nói nhiều về Chúa Giê-xu hay sống giống sứ điệp chúng ta rao giảng?

CHIẾN ĐẤU CHO TIN LÀNH
📖 **Phi 1:27**

⊕ Hãy tưởng tượng bạn đang tham dự cuộc đua với giải thưởng rất lớn. [Mô tả bạn phải cố gắng ra sao để giành chiến thắng!]

Chúng ta thậm chí phải cố gắng nhiều hơn nữa vì Tin lành! Và chúng ta không chạy đua một mình. Chúng ta cùng nhau cố gắng trong tư cách một đội. Chúng ta không được bỏ cuộc. Chúng ta không được nói những điều không tử tế về nhau. Chúng ta không được làm tổn thương nhau. Chúng ta không bao giờ thắng cuộc đua theo cách đó. Tin lành của Chúa Giê-xu quan trọng đến mức chúng ta phải đứng chung với nhau. Khi đó, những người xung quanh mới có thể biết lẽ thật về Chúa Giê-xu.

Tin lành quan trọng đối với bạn ra sao? Bạn có vui lòng cùng làm việc để người khác được nghe về Chúa Giê-xu không? Bạn có để cho những cuộc cãi lẫy hay tư tưởng ghen tị ngăn cản mình không?

CHỊU KHỔ VÌ TIN LÀNH
📖 **Phi 1:28-30**

Ma quỷ chống lại Tin lành. Vì vậy những người đứng về phía Sa-tan cũng chống lại Tin lành. Họ sẽ tấn công Cơ Đốc nhân, những người ủng hộ Tin lành. Phao-lô nói ba điều để khích lệ chúng ta khi chúng ta chịu khổ vì Chúa Giê-xu.

1. Đó là **dấu hiệu. Phi 1:28**. Người ta có thể chống đối chúng ta vì chúng ta theo Chúa Giê-xu. Nhưng điều đó cho thấy chúng ta là Cơ Đốc nhân thật. Điều đó cũng nói lên rằng chúng ta sẽ thắng còn kẻ thù sẽ thua.

2. Đó là **ơn. Phi 1:29**. Tin nhận Chúa Giê-xu là một ơn lành của Chúa. Và chịu khổ vì Ngài cũng là ơn Chúa ban! 📖 **Ma-thi-ơ 5:10-12**

3. Đó là **điều bình thường. Phi 1:30**. Trong tù, Phao-lô muốn khích lệ các tín hữu: "Chịu khổ là điều bình thường. Đừng bỏ cuộc, chúng ta đang cùng nhau đánh trận!"

NGHIÊN CỨU: Phi-líp 2:1-4

7 ĐỒNG TƯ TƯỞNG

☐ Bối cảnh

Phao-lô cho những Cơ Đốc nhân này biết lẽ sống đời ông. Ông sống cho **Đấng Christ**! (Phi 1:21) Ông sống cho **Tin lành**! (Phi 1:12, 16, 18, 25).

Phao-lô muốn họ (và chúng ta) sống cho **Đấng Christ** và cho **Tin lành** (Phi 1:27)

Nhưng có hai việc có thể ngăn trở điều này:

• **Tấn công từ bên ngoài.** Những người không phải là Cơ Đốc nhân tìm cách làm hại chúng ta. 📖 **Phi 1:27-30.**

• **Tấn công từ bên trong.** Cơ Đốc nhân làm tổn thương nhau. 📖 **Phi 2:1-4, 4:2-3**

☐ Ý chính

Đồng tư tưởng! (Hãy đặt Đấng Christ và Tin lành lên trên hết). Khi đó anh em sẽ yêu thương nhau nhiều.

✪ Suy nghĩ thêm

Điều gì chia rẽ các Cơ Đốc nhân trong hội thánh bạn? Nhiều điều trong số này chỉ là những điều rất nhỏ nhặt, không hề quan trọng. Những điều đó không liên quan đến sứ điệp chân thật của Giê-xu. Làm thế nào bạn giúp người khác nhìn thấy những điều này?

Khi mối quan tâm lớn nhất của chúng ta là Đấng Christ và Tin lành, chúng ta sẽ yêu thương nhau. Và những điều nhỏ nhặt không còn quan trọng nữa.

✱ Chú giải

Phi 2:1. 'Nếu trong...có...' (một số bản dịch). Cụm từ này có nghĩa là 'bởi vì anh em có tất cả những ơn phước này... nên hãy có đồng tư tưởng'.

Phi 2:3. Đừng làm điều gì khiến bạn tự cao. Hãy hạ mình. Hãy nghĩ rằng người khác quan trọng hơn bạn.

Phi 2:4. 'lợi ích' có nghĩa là 'mối lợi'. Hãy làm những việc có ích cho người khác chứ không chỉ cho riêng bạn!

GIẢNG: Phi-líp 2:1-4

MỐI NGUY HIỂM
📖 **Phi 2:3**

⊕ Khi bạn bỏ phiếu cho một chính trị gia, bạn quan tâm đến điều gì? Bạn có muốn đó là người công bằng, biết quan tâm đến người nghèo không? Hay bạn muốn đó là người sẽ cho bạn nhiều tiền?

Chúng ta rất dễ mà trở nên ích kỷ! Nhưng Chúa Giê-xu đã thay đổi con dân Ngài. Cơ Đốc nhân không còn quan tâm đến bản thân trước nhất. Ma quỷ thì lại muốn chúng ta quên đi điều này. Nó muốn chúng ta sống ích kỷ, tham vọng và tự cao trong hội thánh.

[Có thể hữu ích khi nói điều này trong nhóm nhỏ.]
*• **Tư tưởng tự cao** thể hiện trong những phương diện nào giữa vòng con dân Chúa?*
• Hậu quả là gì?
Hãy dừng lại để suy nghĩ và cầu nguyện. Cầu xin Chúa tha thứ và thay đổi bạn.

CÂU TRẢ LỜI
📖 **Phi 2:2-4**

Điều quan trọng nhất chúng ta cần học là **nghĩ đúng**. Chúng ta sẽ không bao giờ sống đúng cho đến khi nghĩ đúng.

Phao-lô muốn tất cả Cơ Đốc nhân ở mọi nơi đều suy nghĩ giống nhau. Đồng tâm linh, đồng mục đích, đồng ao ước, đồng tình yêu thương!

Ông muốn các tín hữu nghĩ rằng Chúa Giê-xu là tất cả! Ông muốn chúng ta nghĩ rằng mọi người đều phải nghe Tin lành về Chúa Giê-xu. Ông muốn chúng ta nghĩ rằng chúng ta không quan trọng. Ông muốn chúng ta nghĩ rằng các Cơ Đốc nhân khác quan trọng hơn.

Lúc đó chúng ta sẽ hiệp nhất và hạ mình cũng như biết yêu thương. Chúng ta sẽ cùng nhau sống cho Chúa Giê-xu. Hãy ghi nhớ 📖 **Phi 1:27**.

LÝ DO 📖 **Phi 2:1**

Tại sao chúng ta phải sống như Phi 2:2-4. Tại sao không nên sống ích kỷ?

Bởi vì chúng ta biết Chúa Giê-xu! (Phi 2:1)

[Nói về bốn điều mà mọi Cơ Đốc nhân chân thật đều phải biết].

Những ơn lành Chúa ban đã thay đổi chúng ta - chúng ta không thể tiếp tục ích kỷ và tự cao! Đức Chúa Trời đã ban cho chúng ta quá nhiều - chúng ta muốn dâng cho Ngài mọi điều chúng ta có!

Hãy cầu xin tình yêu dư dật Ngài dành cho bạn sẽ khiến bạn khiêm nhường và đầy dẫy tình yêu thương hơn.
Có lẽ bạn chưa hề thật sự biết Chúa Giê-xu như thế này. Hãy cầu xin Ngài thay đổi bạn.

NGHIÊN CỨU: Phi-líp 2:5-11

8 SUY NGHĨ GIỐNG CHÚA GIÊ-XU

◻ **Bối cảnh**

Một trong những ao ước lớn của Phao-lô đối với các Cơ Đốc nhân này là ông muốn họ **nghĩ đúng**. Ông đã **cầu nguyện** về điều này (Phi 1:9-10). Ông đã cho họ biết cách **ông** nghĩ vì ông muốn họ bắt chước ông (Phi 1:12-26). Ông đòi hỏi họ phải nghĩ đúng (Phi 2:1-4).

Bây giờ Phao-lô hướng chúng ta đến Chúa Giê-xu. Chúng ta cần suy nghĩ giống Chúa Giê-xu. Chúng ta cần có tinh thần giống như Ngài.

📖 **Phi 2:5-11**

◻ **Ý chính**

Hãy nghĩ như Chúa Giê-xu. Hãy khiêm nhường. Ngài đã cho đi mọi điều hầu có thể cứu dân Ngài.

✲ **Suy nghĩ thêm**

Toàn bộ phần này nói về Chúa Giê-xu. Chúng ta muốn mọi người yêu mến và thờ phượng Ngài. Nhưng đừng quên ý chính! Phao-lô nói về tất cả những điều này bởi vì chúng ta cần phải giống Chúa Giê-xu. Giống như Chúa Giê-xu, chúng ta cần hạ mình và phục vụ người khác.

✹ **Chú giải**

Phi 2:6-7. Chúa Giê-xu là Đức Chúa Trời. Ngài sở hữu vinh quang của thiên đàng. Nhưng Ngài không nắm giữ mãi. Ngài đã buông bỏ mọi thứ và trở thành một em bé. Dĩ nhiên Chúa Giê-xu vẫn là Đức Chúa Trời! Nhưng Ngài đã sống như con người, buông bỏ tất cả.

Phi 2:7. 'mang lấy hình đầy tớ'. Chúa Giê-xu đến để phục vụ. Ngài từ bỏ những quyền lợi của mình. Ngài không đến như một con người đặc biệt. Ngài đến như một đầy tớ.

Phi 2:8. Thập tự giá là nơi 'thấp hèn nhất', nơi nhục nhã nhất. Chúa Giê-xu đã chết như một người xấu xa nhất (Xem thêm Ga 3:13).

Phi 2:9. Chúa Giê-xu xứng đáng được tôn cao **vì** Ngài đã xuống nơi thấp hèn nhất. **Thập tự giá** đem đến cho Chúa Giê-xu nhiều lời khen ngợi nhất! Điều đau đớn nhất là điều **tốt nhất** Chúa Giê-xu từng thực hiện (Khải 5:12).

Phi 2:10-11. Điều này không có nghĩa là mọi người sẽ yêu mến Chúa Giê-xu. Ngay cả những người ghét Ngài cũng sẽ phải quỳ xuống thờ phượng Ngài!

GIẢNG: Phi-líp 2:5-11

[Bắt đầu bằng vài bài hát ngợi khen và tôn cao Chúa Giê-xu]

SUY NGHĨ NHƯ CHÚA GIÊ-XU
📖 **Phi 2:5-8**

⊕ [Hãy kể một câu chuyện về một người có địa vị rất quan trọng. Người ấy lại rất khiêm nhường. Người ấy làm những việc mà không ai muốn làm].

Bây giờ, hãy suy nghĩ Chúa Giê-xu là ai! Là Đấng Sáng Tạo! Là Đức Chúa Trời! Tất cả thiên sứ đều thờ phượng Ngài!

Chúa Giê-xu đã từ nơi cao nhất trên thiên đàng xuống nơi thấp hèn nhất trên đất. Ngài đã từ bỏ mọi điều để trở nên con số không. [Hãy nói về việc Chúa Giê-xu bằng lòng trở thành một hài nhi, sẵn sàng bước lên thập tự giá]. Chúa Giê-xu xứng đáng được mọi người tôn thờ. Nhưng người ta đã vả vào má Ngài và nhạo cười Ngài, rồi giết Ngài đi.

Chúa Giê-xu đã chọn con đường đó. Ngài chọn trở thành một đầy tớ. Hãy ngợi khen Ngài!

Hãy nghĩ giống Chúa Giê-xu. **Hãy nghĩ như người đầy tớ.** *Hãy bắt chước Chúa Giê-xu.* 📖 **Phi 2:5.** *Hãy vui mừng vì mình không là gì cả.*
[Cho ví dụ. Điều này thể hiện như thế nào trong đời sống chúng ta].

• **Tại sao** Chúa Giê-xu làm tất cả những điều này? Ngài nghĩ gì?

Đó là cách duy nhất để **cứu con người!** Đây là lý do Chúa Giê-xu trở thành không là gì cả. Ngài yêu thương tội nhân nhiều đến như vậy! Ngài sẵn sàng bước lên thập tự giá như một tên tội phạm. Hãy ngợi khen và yêu mến Ngài!

Vậy thì bạn có vui lòng làm những công việc thấp hèn nhất trong hội thánh không? Bạn có hạ mình và đặt người khác lên trên hết không? Nếu không, nó bày tỏ điều gì về bạn?

VINH HIỂN THUỘC VỀ CHÚA GIÊ-XU 📖 **Phi 2:9-11**

Đức Chúa Trời tán dương ai? Ngài tán dương Chúa Giê-xu, vì Chúa Giê-xu đã từ bỏ mọi điều để trở thành người đầy tớ!

⊕ Làng mạc hoặc thành phố nơi bạn sinh sống thường khen ngợi một người liều mạng sống cứu một đứa bé như thế nào? Chúa Giê-xu **đã hy sinh** sự sống của Ngài để cứu tất cả con cái Ngài ra khỏi địa ngục! Chúng ta thật phải tôn cao Ngài! Cha cũng tôn cao Chúa Giê-xu biết bao! 📖 **Phi 2:9-11**

Bạn có ngợi khen và tôn cao Chúa Giê-xu không? Đừng để đến khi quá trễ mới làm điều này. Đừng để đến ngày bạn sẽ phải quỳ xuống tôn thờ Chúa Giê-xu. Mọi người đều sẽ tôn cao Chúa khi Ngài trở lại, không phải tất cả đều muốn như vậy. Nhưng vì Đức Chúa Trời bảo đảm rằng Chúa Giê-xu sẽ nhận được sự tán dương Ngài xứng đáng được nhận.
Còn đời sống hiện tại của bạn thì sao? Chúa Giê-xu xứng đáng để chúng ta ngợi khen suốt cuộc đời! Ngài xứng đáng được khen ngợi mãi mãi. Chúng ta sẽ bày tỏ điều này như thế nào trong đời sống mình?

NGHIÊN CỨU: Phi-líp 2:12-18

9 SỰ CỨU RỖI CHIẾU SÁNG

□ **Bối cảnh**

Ý chính của Phao-lô là 📖 **Phi 1:27**. Phao-lô muốn họ (và chúng ta) sống cho Đấng Christ và cho Tin lành.

Vì vậy Phao-lô đưa ra cho chúng ta tấm gương tốt nhất, là Chúa Giê-xu. 📖 **Phi 2:1-11**

Bây giờ, Phao-lô quay lại ý chính. 📖 **Phi 2:12-18**. Khi ông nói 'vậy' (Phi 2:12), ông muốn nói là '**Vì Chúa Giê-xu** (Phi 2:1-11), nên bạn phải sống như thế này. Ngài đã cứu bạn, sự cứu rỗi Ngài đã ban cho bạn phải chiếu sáng'.

□ **Ý chính**

Món quà cứu rỗi của Chúa phải được chiếu rạng. Phải bảo đảm rằng món quà ấy chiếu sáng qua chính cuộc đời bạn!

◉ **Suy nghĩ thêm**

Trong Phi 2:12, Phao-lô không có ý nói chúng ta phải làm gì để có được sự cứu rỗi! Sự cứu rỗi là quà tặng của Chúa. Chúa Giê-xu cứu rỗi dân Ngài **hoàn toàn** qua thập tự giá. Không có điều gì chúng ta làm có thể cứu chúng ta.

Tuy nhiên, món quà cứu rỗi này không nằm yên một chỗ. Nó không phải món quà chúng ta đem chôn giấu ở một nơi an toàn. Đó là món quà để đem ra sử dụng. Đó là món quà sẽ làm chúng ta thay đổi. Chúng ta không được lười biếng. Chúng ta phải sử dụng món quà đó, phải chiếu rạng như ánh sáng.

✱ **Chú giải**

Phi 2:12. 'sợ sệt run rẩy'. Cơ Đốc nhân không cần phải kinh sợ Đức Chúa Trời. Nhưng chúng ta phải ghét làm những điều khiến Chúa buồn. Sự cứu rỗi là một món quà tuyệt vời. Chúng ta phải cẩn thận sống cuộc đời của những người được Chúa cứu'. Thế giới xung quanh chúng ta bại hoại (không trung thực) và gian ác. Cơ Đốc nhân phải hoàn toàn khác.

Phi 2:16. 'ngày của Đấng Christ' là lúc Chúa Giê-xu trở lại. Phao-lô sẽ thấy các tín hữu này theo Chúa đến cuối cùng. Khi đó mọi công việc khó nhọc của ông trở nên xứng đáng.

Phi 2:17-18. Phao-lô nghĩ rằng vua La Mã, Sê-sa, có thể giết mình. Ông tưởng tượng ông dâng cuộc sống mình cho Chúa như của lễ thời Cựu Ước. Ông muốn nói: 'Tôi vui vẻ chết nếu điều đó là vì anh em. Nếu tôi làm được chút gì để giúp ích cho đức tin anh em thì tôi vui lòng trả giá bằng cái chết của mình. Đừng buồn, hãy ngợi khen Đức Chúa Trời!'

GIẢNG: Phi-líp 2:12-18

HOÀN TẤT SỰ CỨU RỖI
📖 Phi 2:12-14

⊕ Tưởng tượng bạn nhận được món quà lớn. Đó là một con bò cái! Bạn sẽ có được khoản tiền kha khá mỗi ngày đây. Vậy bạn sẽ làm gì? Bạn sẽ làm biếng không làm gì cả chăng? Hay bạn sẽ cố gắng làm việc để con bò cho bạn sữa mỗi ngày?

Điều này cũng có phần giống với tặng phẩm mà Đức Chúa Trời ban tặng. Cũng như con bò, tặng phẩm của Chúa là miễn phí! Và cũng giống như chuyện về con bò, chúng ta không được làm biếng khi nhận món quà này. Chúa muốn món quà cứu rỗi của Ngài phải được vận hành trong đời sống chúng ta.

• Đức Chúa Trời muốn Cơ Đốc nhân làm gì? (Ví dụ: 📖 **Phi 2:14, 16**.) Bạn thấy những việc này có dễ không?

📖 Phi 2:13

Đây là tin tốt lành. Đức Chúa Trời không muốn để chúng ta tự xoay sở một mình. Ngài làm việc với chúng ta và trong chúng ta! Ngài có chương trình lớn cho chúng ta. Ngài muốn chúng ta được trong sạch và thánh khiết giống như Chúa Giê-xu. Vì vậy Ngài biến đổi chúng ta từ bên trong. Ngài giúp chúng ta nói thật, bày tỏ tình yêu thương, kiểm soát cơn giận. Vấn đề lớn nhất là chúng ta không **muốn** thay đổi. Nhưng Đức Chúa Trời có thể khiến chúng ta sẵn sàng thay đổi.

• Cơ Đốc nhân có một món quà đặc biệt - đó là sự cứu rỗi. Cơ Đốc nhân có sự giúp đỡ đặc biệt - đó là chính Đức Chúa Trời! Điều này khiến chúng ta cảm thấy như thế nào khi chúng ta hành động để làm vui lòng Chúa (Phi 2:12)?

SỰ CỨU RỖI LẤP LÁNH!
📖 Phi 2:15-16

⊕ Tôi có một chiếc đèn bàn bị hư. Nó không còn hữu ích nữa. Nó không hoạt động!

Nếu sự cứu rỗi của chúng ta là thật, chúng ta sẽ chiếu sáng giữa bóng đêm.

1. Sự cứu rỗi lấp lánh qua ĐỜI SỐNG THÁNH SẠCH 📖 Phi 2:15

Cơ Đốc nhân trong hội thánh bạn có sống như ánh sáng chiếu rọi trong bóng đêm không? Hay bạn cũng làm những việc giống những người xung quanh?
• Những điều nào bạn thấy khó làm nhất? Làm thế nào bạn sống vui lòng Chúa trong khi những người khác thì hối lộ, hoặc ngược đãi vợ con, nói dối, v.v...?

2. Sự cứu rỗi chiếu ra LỜI ĐỨC CHÚA TRỜI: 📖 Phi 2:16

Chúng ta có một sứ điệp đem đến sự sống! Chúng ta không thể giữ im lặng!

*Bạn đã đón nhận món quà cứu rỗi của Chúa chưa? **Vậy thì đừng giữ cho riêng mình!** Hãy trao ban cho những người vẫn còn sống trong bóng tối.*

Nói mình tin Chúa thường là việc không khó. Nhưng Phao-lô muốn những Cơ Đốc nhân này có sự cứu rỗi thiết thực, năng động. Điều đó quan trọng với ông ra sao? 📖 **Phi 2:16-17**

NGHIÊN CỨU: Phi-líp 2:19-24

10 GƯƠNG TỐT

☐ **Bối cảnh**

Phao-lô muốn sớm biết được ông sẽ chết hay được tự do. Phao-lô vui mừng được chết cho Chúa Giê-xu. Nếu ông chết, ông muốn các Cơ Đốc nhân tại Phi-líp vui mừng. 📖 **Phi 2:17-18**

Nhưng ông cũng biết họ quan tâm lo lắng cho ông nhiều lắm. Ông muốn nhanh chóng báo tin cho họ. Ai sẽ là người đưa tin? Ti-mô-thê và Ép-ba-phô-đích. 📖 **Phi 2:19-30**

Những Cơ Đốc nhân này là tấm gương rất tốt. Cuộc đời của họ bày tỏ điều Phao-lô đã dạy ở Phi-líp chương 2. Họ là những đầy tớ khiêm nhường, giống như Chúa Giê-xu. Họ dâng mình cho Tin lành. Họ chiếu rạng như ánh sáng. Phao-lô muốn các tín hữu Phi-líp bắt chước Ti-mô-thê và Ép-ba-phô-đích.

☐ **Ý chính**

Ti-mô-thê là một tấm gương tốt. Ông không quan tâm nhiều đến bản thân. Ông quan tâm đến người khác, đến Chúa Giê-xu và Tin lành.

✪ **Suy nghĩ thêm**

Trừ Ti-mô-thê, mọi người ai cũng rất bận rộn với cuộc sống riêng. Họ không đặt Đấng Christ và Tin lành lên hàng đầu. Hãy nghĩ đến chính cuộc sống của bạn. Phao-lô sẽ nói gì về bạn? Bạn quan tâm đến hội thánh mà Chúa đã mang đến cho bạn để bạn phục vụ ở mức nào?

✹ **Chú giải**

Phi 2:19. Điều này cho thấy Phao-lô quan tâm nhiều đến những tín hữu này. Họ muốn nghe tin tức về Phao-lô, nhưng ông lại muốn nghe về họ!

Phi 2:21. Xem Phi 2:4-5. 'Lợi ích' hay 'mối lợi'. Đáng buồn là Ti-mô-thê là người duy nhất thật sự muốn làm những việc không phải cho cá nhân ông mà cho Chúa Giê-xu.

Phi 2:22. 'tỏ ra' (chữ này không có trong bản dịch Việt ngữ). Ti-mô-thê đã cho thấy rằng ông là người chân chính và thành thật. Ông đã hầu việc Chúa với Phao-lô trong nhiều năm. Ti-mô-thê đã đem sứ điệp về Chúa Giê-xu đến Phi-líp với Phao-lô (Công 16:1-3, 12).

Phi 2:24. Phao-lô sẵn sàng chết. Nhưng ông mong chờ Sê-sa trả tự do cho ông. Sau đó ông muốn đến thăm các Cơ Đốc nhân tại Phi-líp.

GIẢNG: Phi-líp 2:19-24

Ai là người sẵn sàng giúp đỡ? Ai là người sẵn sàng ra đi? Bạn có sẵn sàng không? Một ngày kia, Chúa làm cho Linda phải ngẫm nghĩ về cuộc đời. Rồi cô trả lời với Chúa: 'Con sẽ làm bất cứ điều gì Ngài phán bảo. Con sẽ đi bất cứ nơi đâu Ngài muốn'.
Bạn có vui lòng nói với Chúa như vậy không?

CHÚA GIÊ-XU TRƯỚC NHẤT
📖 **Phi 2:20-21**

[Nói về lời biện hộ: 'Tôi không giúp được vì....']

Vì sao chúng ta lại biện hộ cho chính mình? Thường là vì chúng ta **đặt mình lên trên hết**. Nếu giúp người khác, chúng ta sẽ phải mệt nhọc hơn, hoặc sẽ không làm được điều chúng ta muốn làm, hoặc...

Đối với Ti-mô-thê, nó có nghĩa là ông phải vượt quãng đường dài hiểm nguy hơn 1.000 km! Ông có đưa ra lời bào chữa nào không? Tại sao không?

📖 **Phi 2:20-21**

Ti-mô-thê là **người duy nhất** sẵn sàng đi. Hãy nghĩ xem Phao-lô buồn đến dường nào. Nói rằng mình đặt Chúa Giê-xu làm đầu thì thật dễ. Nhưng chỉ mỗi Ti-mô-thê là đặt Chúa lên hàng đầu bằng hành động.

Khi chúng ta đặt Chúa Giê-xu lên trước nhất, chúng ta thật sự quan tâm đến **người khác**. Chúng ta hết sức mong muốn điều tốt đẹp nhất dành cho họ. Chúng ta không ngại điều mình sẽ mất.

Không có nhiều người giống như Ti-mô-thê. Bạn có muốn cầu nguyện xin Chúa cho bạn giống Ti-mô-thê không?
Trên thực tế, điều này có nghĩa là gì? Bạn chứng tỏ mình quan tâm đến các Cơ Đốc nhân khác bằng cách nào?

ĐẦY TỚ ĐÁNG TIN CẬY
📖 **Phi 2:22**

⊕ Khi nhờ ai đó làm một việc quan trọng, bạn có lo lắng không? 'Anh ấy liệu có trung thực không?' 'Chị ấy có bỏ dở vì khó quá không?' 'Cậu ấy có làm tốt không?'

Phao-lô không phải lo lắng về Ti-mô-thê! Ông biết mình có thể tin cậy Ti-mô-thê. Vì sao?

Ti-mô-thê đã đi với Phao-lô trong các hành trình truyền giáo. Họ đã cùng đối diện nhiều nguy hiểm khi nói cho mọi người về Chúa Giê-xu. Phao-lô giao cho Ti-mô-thê nhiều công việc khó. Nhưng Ti-mô-thê không hề làm ông thất vọng. Ti-mô-thê giống như con trai Phao-lô.

Ti-mô-thê đã chứng tỏ là một đầy tớ trung tín của Chúa Giê-xu.

Bạn có muốn giống Ti-mô-thê không? Có muốn làm một đầy tớ đáng tin cậy của Chúa Giê-xu không?
Hãy nghĩ xem bạn có thể bắt đầu như thế nào. Hãy bắt đầu bằng những việc nhỏ, những việc không ai muốn làm. Khi bạn nói sẽ làm gì đó, nhớ phải làm! Và phải luôn luôn làm tốt vì Chúa Giê-xu.

NGHIÊN CỨU: Phi-líp 2:25-30

11 MỘT GƯƠNG TỐT KHÁC

◻ **Bối cảnh**

Phao-lô đã dùng nhiều ví dụ để giúp chúng ta **nghĩ đúng** và **sống đúng**.

- Chính Phao-lô - Phi 1:12-26
- Chúa Giê-xu - Phi 2:5-11
- Ti-mô-thê - Phi 2:19-24
- Và Ép-ba-phô-đích

📖 **Phi 2:25-30**

Ở phần sau, Phao-lô khuyên chúng ta bắt chước những tấm gương này: 📖 **Phi 3:17**

Tương tự, Phao-lô muốn các Cơ Đốc nhân ở Phi-líp **tôn trọng** Ép-ba-phô-đích.

◻ **Ý chính**

Tôn trọng những người như Ép-ba-phô-đích. (Coi trọng họ. Kính trọng họ). Tôn trọng những người liều mạng sống vì Đấng Christ.

● **Suy nghĩ thêm**

Thật dễ đặt lòng tôn kính sai đối tượng. Chúng ta tôn trọng người khác vì họ có tiền, có quyền hay có khả năng. Chúng ta tôn trọng người khác chỉ vì họ nói hay. Làm thế nào bạn giúp thính giả suy nghĩ đúng đắn về người họ cần tôn trọng? Làm thế nào hội thánh của bạn tôn trọng người mà Chúa tôn trọng?

✱ **Chú giải**

Phi 2:25. Ép-ba-phô-đích thuộc một hội thánh ở Phi-líp. Họ cử ông đem quà đến cho Phao-lô trong tù ở La Mã.

Ép-ba-phô-đích bị bệnh nặng nhưng hiện đã khá hơn. Vì vậy Phao-lô cử ông quay về Phi-líp cùng với Ti-mô-thê và mang theo lá thư này.

Phi 2:25. 'đồng lao' (cùng làm việc với tôi) và 'chiến hữu' (cùng chiến đấu với tôi). Phao-lô bày tỏ lòng tôn trọng Ép-ba-phô-đích qua những cách gọi này. Ép-ba-phô-đích thật sự đã dự phần vào cuộc chiến vì Tin lành.

Phi 2:26. Ép-ba-phô-đích bị bệnh nặng, nhưng hãy xem ông nghĩ đến ai. Ông bối rối vì các Cơ Đốc nhân Phi-líp lo lắng cho ông.

Phi 2:30. Phao-lô nhắc người Phi-líp rằng Ép-ba-phô-đích đã hy sinh mạng sống vì Đấng Christ và vì **họ**. Ông đã mang quà **của họ** đến cho Phao-lô! (Xem Phi 2:25).

GIẢNG: Phi-líp 2:25-30

ANH EM YÊU DẤU
📖 **Phi 2:25**

Ép-ba-phô-đích là một Cơ Đốc nhân bình thường. Có lẽ ông cũng có một công việc bình thường. Kinh Thánh không cho biết ông giảng hay có ân tứ gì quan trọng.

Nhưng hãy xem Phao-lô yêu quý ông dường nào!

Vị sứ đồ lớn gọi Cơ Đốc nhân bình thường này là "anh em"! Phao-lô rất tôn trọng Ép-ba-phô-đích vì ông đã liều mình đến thăm Phao-lô.

Bạn không cần phải có ân tứ quan trọng, như Ti-mô-thê hay Phao-lô, thì mới phục vụ Đấng Christ được. Có thể bạn là một người trẻ hay là một người đã rất già nhưng vẫn có thể là "anh em" của Phao-lô. Chỉ cần bạn sẵn sàng làm bất cứ điều gì có thể được cho Chúa Giê-xu.

ĐẦY TỚ TRUNG TÍN
📖 **Phi 2:25, 30**

Hội thánh cần có người đem quà của họ đến cho Phao-lô. Vì vậy, Ép-ba-phô-đích đã đi. Có lẽ người khác không thể đi. Có lẽ một số người không muốn đi. Nhưng Ép-ba-phô-đích sẵn sàng đi vì hội thánh và vì Đấng Christ.

• Phi 2:26 cho thấy điều gì? Ép-ba-phô-đích cảm thấy thế nào về các Cơ Đốc nhân ở hội thánh nhà?

Hầu như ai cũng sẵn sàng giúp đỡ khi đó là ý họ đưa ra hay vì lợi ích của chính họ. Bạn có sẵn sàng trở thành người đầy tớ cho hội thánh không, bất kể công tác hội thánh giao phó cho bạn là gì không?

SẴN SÀNG LIỀU MÌNH
📖 **Phi 2:30**

⊕ Hãy nói về một môn thể thao mạo hiểm. Một số người yêu thích nó. Số khác muốn an toàn! Họ không muốn liều lĩnh để bị gãy chân, hoặc...

Rao truyền Tin lành là việc mạo hiểm!

Cơ Đốc nhân yêu mến Tin lành phải liều mình. Ép-ba-phô-đích liều sự sống mình để đến khích lệ Phao-lô trong tù. Ông gần như sắp chết. Nhưng ông vui mừng làm điều đó cho Chúa Giê-xu.

Đã từng có người liều mạng sống để rao giảng về Chúa Giê-xu cho đất nước của bạn. Có lẽ ngày nay vẫn có những người liều mình như thế. [Hãy kể những câu chuyện có thật nếu bạn biết. Nói về những mối nguy hiểm chúng ta cần phải đón nhận ngày hôm nay].

Ép-ba-phô-đích là một gương sáng. Ông là một Cơ Đốc nhân bình thường nhưng biết đặt Chúa Giê-xu lên trên hết và yêu mến Tin lành. Hãy nghĩ đến những con người như vậy mà bạn biết.

• *Hãy tôn trọng họ! (Phi 2:29). Có thể họ không có địa vị, nhưng Đức Chúa Trời quý trọng họ. Hãy nói về những người chúng ta tôn trọng và lý do chúng ta tôn trọng họ.*

• *Hãy bắt chước họ! Dành thời gian ở gần họ. Cầu nguyện với họ. Nhờ họ dạy bạn đặt Chúa lên trên hết.*

NGHIÊN CỨU: Phi-líp 3:1-7

12   TÔI TIN CHẮC

◻ **Bối cảnh**

Phao-lô muốn chúng ta tìm những tấm gương sáng. Ông muốn chúng ta bắt chước những người sống cho Chúa. Phao-lô cũng muốn chúng ta đề phòng những gương **xấu**.

Tại Phi-líp, một số người dạy những điều sai trật. Họ là những người Do Thái cho rằng để trở thành Cơ Đốc nhân thật bạn **còn** phải trở thành người Do Thái. Họ nói rằng bạn phải chịu cắt bì, giống người Do Thái.

Vì vậy, Phao-lô cho biết ông đã học tin cậy vào sự cứu rỗi của Chúa Giê-xu như thế nào.

📖 **Phi 3:1-11**

◻ **Ý chính**

Đừng cậy sức riêng để tìm được mối liên hệ đúng đắn với Chúa. Hãy tin cậy (tin quyết) nơi Chúa Giê-xu.

✺ **Suy nghĩ thêm**

Thính giả của bạn có thể không phải là người Do Thái, nhưng nhiều người trong số họ cũng có những ý nghĩ sai lầm tương tự. Một số người tin chắc họ là Cơ Đốc nhân vì họ đi nhà thờ. Nhiều người nghĩ rằng cách làm đẹp lòng Chúa là phải nỗ lực thêm nữa. Và một số Cơ Đốc nhân thật lại không dám tin chắc hoàn toàn rằng họ sẽ được lên thiên đàng.

Tất cả những người như vậy đều cần nghe một điều. Chúng ta có thể chắc chắn khi chúng ta tin cậy rằng **chỉ một mình** Chúa Giê-xu cứu chúng ta mà thôi.

✳ **Chú giải**

Phi 3:1. 'Hãy vui mừng'; 'hãy hân hoan', không chỉ có nghĩa là 'vui vẻ'. Phao-lô muốn nói 'hãy tin cậy Chúa Giê-xu; hãy vui mừng vì bạn được an toàn trong Chúa Giê-xu'.

Phi 3:2. 'loài chó'. Phao-lô dùng từ ngữ nặng nề này để nói về những giáo sư giả. Họ nói rằng Cơ Đốc nhân phải cắt bì như người Do Thái. Vì vậy Phao-lô gọi họ là 'kẻ chịu cắt bì giả' (nghĩa đen là người cắt da thịt). (Cắt bì là cắt bao quy đầu của bé trai).

Phi 3:3. Cắt bì là dấu hiệu chứng tỏ người Do Thái thuộc về Đức Chúa Trời. Nhưng con cái thật của Chúa (Cơ Đốc nhân) có ấn chứng của Thánh Linh Đức Chúa Trời. Điều này chứng tỏ họ thuộc về Chúa. Đây là sự 'cắt bì thật'. Họ không cậy sức riêng ('xác thịt'). Họ vui mừng vì Chúa Giê-xu đã làm trọn mọi điều.

Phi 3:4-6. Phao-lô đã là một người Do Thái tốt lành nhất có thể có. Ông thực hành tất cả mọi điều! Ông tin chắc Đức Chúa Trời hài lòng về ông. Nhưng ông đã sai!

Phi 3:7. Rồi Phao-lô nhìn thấy lẽ thật. Mọi điều ông làm để "ghi điểm" với Chúa ('lợi lộc') không là gì cả. Đấng Christ mới là tất cả.

GIẢNG: Phi-líp 3:1-7

TIN CHẮC - NHƯNG LÀ TIN SAI
📖 Phi 3:4-7

⊕ Bạn trả lời tất cả các câu hỏi trong bài thi. Bạn hài lòng ra khỏi phòng. Bạn tin chắc bạn đã làm bài thi tốt. Nhưng khi nhận kết quả, bạn thấy mình bị đánh rớt. Cảm giác lúc đó như thế nào?

Khi Phao-lô còn là một thanh niên theo Do Thái giáo, ông rất tin vào bản thân. Ông xuất thân từ một gia đình Do Thái tốt đẹp. Ông học kỹ Cựu Ước. Ông tuân giữ mọi luật lệ của Do Thái giáo. Ông tận hiến cả cuộc đời mình cho Chúa. Ông tin chắc Đức Chúa Trời hài lòng về ông.

Nhưng Phao-lô đã sai hoàn toàn. Hãy tưởng tượng bạn học hành vất vả trong ba năm. Tất cả là để cho kỳ thi. Nhưng số điểm nhận được là 0/100. Phao-lô cũng rơi vào trường hợp như vậy. Đức Chúa Trời không hài lòng **chút nào** với những nỗ lực của ông. Nó như thể ông còn bị điểm âm nữa. Bây giờ, Phao-lô xem mọi nỗ lực của mình cho Chúa là **sự lỗ**. 📖 **Phi 3:7**

Hãy nghĩ về cuộc đời bạn. Nghĩ đến những điều tốt bạn đã làm. Nghĩ đến tất cả những lý do Chúa có thể vin vào để quyết định không trừng phạt bạn mà tha thứ cho bạn [cho ví dụ]. Cứ liệt kê ra hết. Những việc bạn làm có đủ để cứu bạn không?

Những việc làm đó chẳng là gì cả! Chúng không hề cứu bạn. Chúng làm cho Chúa buồn chứ không hề vui. Tất cả những việc làm này là phương cách sai trái, không dẫn đến sự tha thứ của Chúa. Điều chúng ta làm không dẫn chúng ta đến thiên đàng.

TIN CHẮC - VÀ TIN ĐÚNG
📖 Phi 3:1-3

Phao-lô vẫn tin chắc - nhưng bây giờ thì ông tin đúng! Đức Chúa Trời đã chỉ cho Phao-lô phương cách đúng đắn để làm vui lòng Ngài – thông qua Chúa Giê-xu.

Vì vậy, ông nói "Hãy vui mừng trong Chúa". Cơ Đốc nhân thật là những người tin chắc vào Chúa Giê-xu. Họ tin cậy Ngài, chứ không tin cậy bản thân.

⊕ Điều này ví như việc Chúa Giê-xu đi thi giùm các tín hữu. Chúng ta đầy dẫy tội lỗi. Chúng ta đã không làm vui lòng Đức Chúa Trời. Nhưng chúng ta biết rằng Chúa Giê-xu đạt được 100 điểm. Cũng giống như việc Chúa Giê-xu xé tờ bài làm rất tệ của chúng ta, và thay bằng tờ bài làm hoàn hảo của Ngài.

Phao-lô mô tả Cơ Đốc nhân thật ở 📖 **Phi 3:3**. [Nói thêm về điều này. Chỉ ra vì sao chúng ta không nên dựa vào nỗ lực bản thân trong vấn đề niềm tin. Chúng ta chỉ cần tin cậy Cứu Chúa thiện hảo của chúng ta.]

*Bạn có tin cậy Chúa Giê-xu là Đấng duy nhất cứu bạn không? Nếu bạn tin như vậy thì bạn có thể **tin chắc** và được tha tội. Hãy vui mừng trong Chúa Giê-xu - Ngài không bao giờ làm bạn thất vọng.*

NGHIÊN CỨU: Phi-líp 3:8-11

13   BIẾT CHÚA GIÊ-XU

□ **Bối cảnh**

Phao-lô muốn chúng ta giữ đức tin bền chặt nơi một mình Chúa Giê-xu mà thôi. Không có điều gì khác quan trọng hơn. Ngày trước, Phao-lô từng hãnh diện vì ông là một người Do Thái đạo đức. Giờ đây, ông thấy điều đó chẳng có giá trị gì. ▢ **Phi 3:1-7**

Đối với Phao-lô, Chúa Giê-xu là tất cả. Vì Phao-lô học biết Chúa Giê-xu, nên ông muốn biết Ngài ngày càng rõ hơn. Và ông muốn chúng ta cũng nghĩ như vậy! ▢ **Phi 3:8-11**

□ **Ý chính**

Nếu bạn biết Chúa Giê-xu, bạn có tất cả. Bạn sẽ chỉ muốn ngày càng biết Chúa thêm mà thôi!

✪ **Suy nghĩ thêm**

Đừng hiểu lầm Phao-lô. Ông không còn cố gắng dùng việc lành để có được mối liên hệ đúng đắn với Chúa nữa. Giờ đây ông tin cậy Chúa làm điều đó cho ông. Trong Phi-líp 3:9, Phao-lô cho thấy rằng chúng ta được giải hoà với Đức Chúa Trời nhờ **đức tin**.

Ở đây, Phao-lô cho chúng ta biết điều ông **quý trọng**. Ông **rất muốn** biết Chúa Giê-xu ngày càng nhiều hơn. Mọi nỗ lực trở thành người đạo đức của Phao-lô chỉ là rơm rác. Chúa Giê-xu là tất cả.

✸ **Chú giải**

Phi 3:8. Ngày trước, Phao-lô rất tự hào về những gì ông làm (Phi 3:5-6). Bây giờ, ông có thể ném tất cả những điều đó đi vì chúng không giúp ông biết Chúa! Chúng như rơm rác (hay 'vật phế thải'). Điều duy nhất có giá trị là biết Chúa Giê-xu - vì Chúa Giê-xu là con đường đến với Đức Chúa Trời.

Phi 3:9. 'Được ở (được hiệp nhất) trong Ngài'. Phao-lô nói rằng ông ở với Chúa Giê-xu. Trước kia, Phao-lô nhờ cậy việc công đức của mình. Bây giờ, ông tin cậy Chúa Giê-xu. 'Sự công chính' của Phao-lô ('sự tốt đẹp' hay 'cách Chúa chấp nhận ông') đến từ Chúa Giê-xu. Đó là quà tặng của Đức Chúa Trời mà Phao-lô đã nhận được bởi đức tin.

Phi 3:10. 'quyền năng phục sinh'. Cơ Đốc nhân có một Cứu Chúa phục sinh! Chúng ta có thể nếm biết quyền năng của Chúa Giê-xu trong đời sống mình. Quyền năng của Ngài đánh bại tội lỗi chúng ta, để chúng ta có thể biết Chúa rõ hơn (Êph 3:16-19).

Phi 3:11. Sẽ có một ngày Phao-lô cũng được sống lại từ kẻ chết. Ông tin chắc điều đó. Và ông cũng rất mong chờ điều đó. Khi ấy ông sẽ biết Chúa Giê-xu như ông mong muốn!

GIẢNG: Phi-líp 3:8-11

BIẾT CHÚA GIÊ-XU 📖 Phi 3:8-9

Trước kia, Phao-lô không biết Chúa Giê-xu. Ông **căm thù** Ngài! Ông không cần Ngài! Ông nghĩ rằng đời sống ông đủ tốt để Đức Chúa Trời vui lòng. Rồi, mọi thứ bất ngờ thay đổi. [Kể câu chuyện Công 22:6-16].

Chúa đã thay đổi bạn chưa? Có thể tiến trình Ngài thay đổi bạn chậm hơn nhiều so với Phao-lô. Nhưng bây giờ bạn có biết Chúa như Phao-lô không? Nếu biết, thì...

1. Chúa Giê-xu là tất cả đối với bạn. Nếu Phao-lô mất mọi thứ ông có, ông còn lại gì? Ông vẫn còn mọi thứ, vì Chúa Giê-xu là tất cả! Phi 3:8 có đúng với bạn không?

2. Chúa Giê-xu là lý do Đức Chúa Trời chấp nhận bạn 📖 **Phi 3:9.** Đây là lý do Chúa Giê-xu là tất cả! "Sự công bình" riêng không có giá trị gì. Có thể chúng ta nghĩ mình 'công chính' trước mặt Chúa, nhưng Chúa không chấp nhận nỗ lực của chúng ta. Ngài **chấp nhận Chúa Giê-xu**! Bây giờ Đức Chúa Trời không nhìn vào những việc tốt đẹp của Phao-lô, mà nhìn vào Chúa Giê-xu. Vậy, bởi Chúa Giê-xu, Đức Chúa Trời hài lòng về Phao-lô.

*Bạn có biết Chúa Giê-xu bởi đức tin không? Đức Chúa Trời có chấp nhận **bạn** vì những gì Chúa Giê-xu đã làm không? Ngài sẽ chấp nhận bạn nếu bạn có **đức tin** nơi Chúa Giê-xu. Đức Chúa Trời **ban** "sự công chính" cho chúng ta khi chúng ta tin Chúa Giê-xu.*

BIẾT CHÚA GIÊ-XU NGÀY CÀNG THÊM 📖 Phi 3:10-11

⊕ Hãy tưởng tượng bạn mới dùng một bữa ăn ngon nhất từ trước tới giờ! Đó là bữa ăn miễn phí, và bạn có thể có bữa ăn như vậy bất kỳ lúc nào. Bạn có quay lại ăn không?

Phao-lô biết Chúa Giê-xu. Chúa Giê-xu hoàn toàn hài lòng về ông. Nhưng Phao-lô chưa hoàn toàn no! Ông muốn quay lại với Chúa Giê-xu nhiều lần nữa. Ông muốn biết Ngài rõ hơn. Bạn có giống như vậy không? Có hai điều ông nói ông muốn biết nhiều hơn...

1. Về quyền năng của Chúa Giê-xu. Hãy nghĩ xem Chúa Giê-xu quyền năng ra sao! Hãy nghĩ xem Ngài phải quyền năng thế nào mới có thể kêu người chết sống lại! Phao-lô muốn biết nhiều hơn về quyền năng này. Nhưng **không** phải để ông làm những phép lạ đáng kinh ngạc. Phao-lô muốn quyền năng của Chúa **biến đổi** ông, khiến ông giống Chúa Giê-xu hơn. Khi đó Phao-lô sẽ biết rõ hơn. Đây có phải là điều bạn mong muốn nhất không?

2. Về sự chịu khổ của Chúa Giê-xu. Phao-lô không thích thú khi chịu khổ. Nhưng ông muốn gần với Chúa. Để đến gần một người, chúng ta phải chia sẻ nỗi đau với họ. Dù không thể chịu khổ trên thập tự giá như Chúa Giê-xu, nhưng bạn có thể ghét tội lỗi, có thể cảm nhận được nỗi đau của Ngài đối với điều ác. Và bạn có thể sẵn sàng chịu khổ khi chia sẻ Tin lành về Chúa Giê-xu.

Chúng ta quay lại để được ăn ngon - nhưng chúng ta có quay lại để biết thêm về Chúa Giê-xu không?

NGHIÊN CỨU: Phi-líp 3:12-16

14 CHẠY ĐUA

☐ **Bối cảnh**

Phao-lô muốn chúng ta suy nghĩ giống Chúa Giê-xu. Ông muốn chúng ta sống cho Tin lành.

Ông cảnh báo chúng ta về một mối nguy hiểm.

Đừng giống như người Do Thái, cố gắng hết sức để có được phước lành của Chúa (Phi 3:1-7).

Có một nguy hiểm khác ngược lại. Chúng ta không được nói 'Chúa Giê-xu đã làm mọi điều cho chúng ta. Vậy chúng ta chỉ ngồi đó mà không làm gì cả'. Không phải vậy! Phao-lô muốn chúng ta cố gắng giống như ông. Ông muốn chúng ta chạy cuộc đua Cơ Đốc! 📖 **Phi 3:8-16**

☐ **Ý chính**

Hãy chạy đua cho đến cuối cùng. Cố gắng hết sức để sống cho Chúa Giê-xu.

✺ **Suy nghĩ thêm**

Chúng ta không được nghĩ rằng Phao-lô **nỗ lực để có được** giải thưởng. Ông biết Chúa Giê-xu đã giành phần thưởng ấy cho ông rồi! **Chúa Giê-xu** nắm giữ cuộc đời Phao-lô (Phi 3:12). **Đức Chúa Trời** đã kêu gọi ông đến với thiên đàng (Phi 3:14)

Nhưng Đức Chúa Trời đã kêu gọi các Cơ Đốc nhân **chạy đua**. Chúa Giê-xu không phải chiếc ta-xi chở chúng ta lên thiên đàng. Chúa Giê-xu kêu gọi chúng ta theo Ngài trong cuộc đua khó khăn này. Sau đó chúng ta sẽ nhận giải, là giải mà Chúa đã giành lấy cho chúng ta!

✺ **Chú giải**

Phi 3:12-13. Phao-lô dùng những từ ngữ rất rõ ràng để nói lên rằng ông đã vất vả chạy đua như thế nào. Ông giống như đấu thủ chạy đua trong Thế Vận Hội Olympic. Ông nói 'tôi đang theo đuổi' hay 'cố gắng' (rất vất vả). Ông 'gắng sức' tiến về phía trước, như người chạy đua hướng về phía trước để đến đích.

Phi 3:14. Giải thưởng là được ở với Chúa Giê-xu trên thiên đàng. Đức Chúa Trời đã chọn Phao-lô cho giải thưởng đó. Nhưng thư tín này cho thấy Phao-lô không chỉ nghĩ về chính mình. Phao-lô không muốn lên thiên đàng **một mình**. Đức Chúa Trời chọn Phao-lô để đem theo tất cả những tín hữu yêu dấu với ông. Khi Phao-lô chạy, ông nắm tay các Cơ Đốc nhân khác.

Phi 3:15,16. Phao-lô biết không phải Cơ Đốc nhân nào cũng chạy giỏi. Ông không muốn chúng ta bỏ cuộc. Ông muốn tất cả chúng ta nghĩ giống ông, nhưng ông biết rằng nhiều Cơ Đốc nhân yếu đuối. Ông nói dù vậy chúng ta cũng nên hướng về phía trước. Chúng ta sẽ học hỏi thêm khi chúng ta đi tới.

GIẢNG: Phi-líp 3:12-16

ĐIỀU DUY NHẤT
📖 Phi 3:12-13

⊕ Hãy nói về hình ảnh mà Phao-lô nói đến đó là một vận động viên trong một cuộc đua. Hãy mô tả người ấy cố gắng ra sao để đoạt giải, người ấy phải tập duỗi thẳng cơ bắp như thế nào. Người chạy chỉ nghĩ đến **một điều**. Đó là phải chiến thắng.

Chúng ta có thể có nhiều việc phải làm đến nỗi quên mất cuộc chạy đua. Chúng ta quên một điều quan trọng nhất! Điều duy nhất thật sự quan trọng là sống cho Chúa Giê-xu. [Thảo luận về những điều ngăn trở đường chạy của bạn, khiến chúng ta không sống đẹp lòng Chúa. Cầu xin Chúa giúp bạn giống như Phao-lô].

Hãy quan sát cẩn thận, bạn sẽ thấy đây không chỉ là cuộc đua mà là cuộc rượt đuổi! Trước tiên Chúa Giê-xu đuổi theo Phao-lô - và bắt được ông. Bây giờ Phao-lô đuổi theo Chúa Giê-xu trên suốt con đường đến thiên đàng.

Bạn có nhớ lúc Chúa Giê-xu theo đuổi bạn không? Ngài muốn bạn thuộc về Ngài. Ngài muốn đem bạn trở về với Ngài. Và tình yêu của Ngài chạm vào lòng bạn, khiến bạn muốn đi theo Ngài. Hãy theo đuổi Chúa Giê-xu từ bây giờ! Hãy chỉ làm một điều: bước cạnh Chúa Giê-xu!

QUÊN ĐI QUÁ KHỨ
📖 Phi 3:13

Có nhiều điều trong quá khứ làm cho chúng ta đau buồn và mềm yếu. Rồi có thể chúng ta cảm thấy mình vô dụng. Chúng ta không thể tiếp tục cuộc đua. Điều gì bạn thấy khó quên?

Nếu chúng ta tin cậy Chúa Giê-xu, Ngài tha thứ mọi sai phạm và tội lỗi của chúng ta. Chúng ta cần quên chúng đi vì Chúa Giê-xu đã quên chúng rồi! Ngài đã cất bỏ mọi tội lỗi của chúng ta tại thập tự giá (Ê-sai 43:25).

NGHĨ ĐẾN PHẦN THƯỞNG
📖 Phi 3:14

Một số Cơ Đốc nhân dường như cho rằng mình đã là những tín hữu đúng nghĩa rồi. Họ nghĩ rằng họ không cần học hỏi thêm gì nữa. Vì vậy họ không cố gắng chạy. Phao-lô nghĩ gì? 📖 **Phi 3:12**

Phao-lô chưa đến đích. Ông có nhiều điều phải học. Ông muốn giống Chúa Giê-xu hơn. Vì vậy Phao-lô tiếp tục chạy và chạy. Ông nhìn chăm chăm vào giải thưởng.

Giải thưởng là được ở với Chúa Giê-xu mãi mãi. Không chỉ mình tôi, mà tất cả anh chị em trong Chúa, chúng ta cùng nhau chạy đua. Chúng ta cùng giúp nhau để tất cả đều đoạt giải. [Nói về sự tuyệt diệu của điều này]. 📖 **2 Ti-mô-thê 4:7-8**

Đừng nhìn vào tiền bạc và mọi của cải bạn đang có. Chúng sẽ ngăn cản cuộc chạy đua của bạn! Hãy nhìn lên giải thưởng. Và chạy cho Chúa Giê-xu!

NGHIÊN CỨU: Phi-líp 3:17-4:1

15 HAI CON ĐƯỜNG

□ **Bối cảnh**

Trong thư này, Phao-lô đưa ra nhiều tấm gương để noi theo (Phao-lô, Chúa Giê-xu, Ti-mô-thê, Ép-ba-phô-đích). Ông cũng cảnh báo về những gương xấu, là những người dạy dỗ sai trật (Phi 3:2).

Ở đây, ông tóm tắt tất cả những điều đó. Ông nói "Hãy bắt chước những người sống đúng". 📖 **Phi 3:12-4:1**

□ **Ý chính**

Đi theo con đường đúng đắn. Sống giống những người thuộc về trời.

○ **Suy nghĩ thêm**

Phao-lô viết cho các Cơ Đốc nhân, nhưng có phải mọi thính giả của bạn đều biết Chúa Giê-xu không? Hãy mời họ xem xét hai loại người này. Họ sống theo hai cách khác nhau và cuối cùng đi đến hai nơi trái ngược nhau. Thính giả của bạn muốn giống ai?

✳ **Chú giải**

Phi 3:17. Phao-lô chỉ cho các Cơ Đốc nhân thấy một 'mẫu mực' ('gương mẫu'). Đó là cách sống mà họ nên bắt chước.

Phi 3:18. Xem Phi 3:2. Những người này (Do Thái) nói rằng mình yêu mến Đức Chúa Trời. Nhưng họ cũng nói rằng tin Chúa Giê-xu thôi thì chưa đủ. Họ nói bạn còn phải trở thành người Do Thái nữa. Nhiều người ngày hôm nay dạy bạn không chỉ tin vào sự chết của Chúa mà còn phải làm việc lành nữa. Phao-lô gọi họ là kẻ thù của thập tự giá.

Phi 3:19. Số phận của họ là 'sự hư mất'- họ sẽ ở địa ngục.

'Họ lấy bụng mình làm chúa mình'- họ chỉ thích những điều thoả mãn dục vọng của thân thể họ (thức ăn, tình dục, lạc thú,...)

"lấy xấu hổ làm vinh quang" – họ tự hào về điều lẽ ra họ phải xấu hổ.

Phi 3:20. 'công dân trên trời', nghĩa là quê hương của chúng ta là ở trên trời. Cơ Đốc nhân là người ngoại quốc trên đất này. Chúng ta phải sống như những người thuộc về trời.

Phi 3:21. Một ngày kia Chúa Giê-xu sẽ trở lại. Quyền năng của Ngài sẽ biến đổi thân thể yếu đuối thấp hèn của chúng ta. Chúa Giê-xu sẽ ban cho các tín hữu thân thể như thân thể của chính Ngài (1 Cô 15:49-52).

GIẢNG: Phi-líp 3:17-4:1

KẾT GIAO VỚI NGƯỜI XẤU
📖 Phi 3:18-19

Phải hết sức cẩn thận về cách chọn bạn hữu. Chúa Giê-xu muốn Cơ Đốc nhân trở thành bạn tốt của những người chưa phải là Cơ Đốc nhân. Nhưng Ngài không muốn chúng ta bắt chước họ. Ngài không muốn chúng ta sống giống họ. Ngài muốn chúng ta chỉ cho họ con đường đúng đắn mà họ nên đi.

Tại sao Phao-lô khóc? Nhiều người có vẻ là người tốt nhưng thật ra là kẻ thù của thập tự giá! Họ có thể đi nhà thờ, nhưng họ không muốn nương cậy vào Chúa Cứu Thế - Đấng đã chết vì tội lỗi chúng ta. Cuộc đời của họ cho thấy họ không đứng về phía Chúa Giê-xu.

• Bốn điều Phao-lô nói về họ trong 📖 Phi 3:19 là gì? [Nói đến từng điều một]

Bạn có biết người nào như vậy không? Có thể bạn thích xem họ trên truyền hình. Có lẽ bạn giống như họ. Đừng bắt chước những người này! Bạn sẽ kết thúc cuộc đời mình trong địa ngục đấy! 📖 Ma-thi-ơ 7:13-14

Nếu bạn là một Cơ Đốc nhân, hãy cẩn thận về người bạn sẽ lấy làm vợ/chồng. Có lẽ bạn sợ sống cô đơn. Nhưng đừng bao giờ lập gia đình với người không yêu Chúa. Thậm chí không nên bắt đầu mối quan hệ thân thiết với người ấy. Họ sẽ dẫn bạn đi con đường sai lạc.

KẾT GIAO VỚI NGƯỜI TỐT
📖 Phi 3:17, 19-21

Đa số mọi người đều đi con đường rộng rãi, nhiều người thích, là đường dẫn đến địa ngục. Còn một số ít người trong chúng ta đi theo con đường hẹp, khó đi. Mọi người đều cho rằng chúng ta khác thường. Đây là cách Kinh Thánh mô tả về chúng ta:

CHÚNG TA LÀ CÔNG DÂN TRÊN TRỜI.
📖 Phi 3:20.

⊕ Hãy tưởng tượng bạn có hộ chiếu trên đó ghi bạn được sinh ra trên thiên đàng! Làm công dân trên trời cũng giống như vậy. Cơ Đốc nhân là công dân của thiên đàng nhưng tạm sống trên đất này một thời gian.

• Ghi nhớ điều này sẽ ảnh hưởng gì đến bạn?

CHÚNG TA MONG ĐỢI CHÚA GIÊ-XU
📖 Phi 3:20

Chúng ta phải nhớ rằng Chúa Giê-xu hứa rằng Ngài sẽ trở lại. Chúng ta háo hức vì Ngài sẽ đem chúng ta về nhà!

CHÚNG TA MONG ĐỢI CHÚA THAY ĐỔI CHÚNG TA.
📖 Phi 3:21

Chịu đau đớn, cô đơn và nghèo khổ là điều không dễ dàng. Nhưng chúng ta sẽ không phải chịu đựng lâu! Chúa Giê-xu sẽ biến đổi thân thể yếu đuối của chúng ta. Ngài sẽ khiến chúng ta trở nên giống như Ngài.

Có hai loại người. Những người cả cuộc đời chỉ quan tâm đến thế gian này và bản thân họ. Và những người sống cho thiên đàng và Chúa Giê-xu. **Bạn** *sẽ sống như thế nào?* 📖 *Phi 4:1*

NGHIÊN CỨU: Phi-líp 4:2-5

16 HÃY LÀM ĐI!

▢ Bối cảnh

Trong Phi-líp 1-3, Phao-lô dạy cách người Cơ Đốc cần phải suy nghĩ. Ông muốn chúng ta noi theo tấm gương đúng đắn. Ông muốn chúng ta sống cho Chúa Giê-xu.

Trong Phi-líp 4, Phao-lô cho thấy điều này được thể hiện ra sao trong **đời sống thực tế**. Điều đầu tiên cần phải sửa cho đúng là chuyện cãi lẫy. Hai người phụ nữ này cần suy nghĩ giống Chúa Giê-xu.

📖 Phi 2:1-5; 4:1-5.

▢ Ý chính

Đừng cãi nhau nữa. Hãy vui mừng trong Chúa. Hãy có tâm tính nhu mì.

⊙ Suy nghĩ thêm

Trong hội thánh bạn có những Cơ Đốc nhân giống hai người phụ nữ này không? Có lẽ họ thậm chí còn không nói chuyện với nhau. Phao-lô cho chúng ta thấy điều hết sức quan trọng là không nên nhắm mắt làm ngơ trước những vấn đề như thế này. Hãy cầu xin lời của Chúa phán với những người như vậy. Cũng hãy nghĩ đến những người có thể giúp đỡ họ. Đừng để cho sự cãi vã tiếp tục diễn ra. Tranh cãi sẽ làm Chúa Giê-xu bị sỉ nhục và ngăn trở công tác rao truyền Tin lành.

✸ Chú giải

Phi 4:2. Phao-lô dùng từ ngữ mạnh mẽ ('khuyên' hay 'khuyên nài') để yêu cầu hai người phụ nữ này hiệp một với nhau. Thư tín này cũng được đọc trước mọi người trong hội thánh! Giải quyết những cuộc cãi cọ là việc rất quan trọng!

Phi 4:3. Những người phụ nữ này đã nỗ lực ('chiến đấu') với Phao-lô để rao truyền Tin lành! Thật buồn khi họ cãi nhau. Hãy xem cách Phao-lô nhờ người khác giúp họ. Tên của người ấy có lẽ có nghĩa là 'bạn nối khố' ('cộng sự').

Phi 4:5. 'Nhu mì' không có nghĩa là 'yếu đuối', mà có nghĩa là tử tế và quan tâm, là nghĩ nhiều cho người khác hơn cho bản thân.

📖 Phi 2:3, 14; Gia 3:17-18.

Phi 4:5. 'Chúa đã gần rồi'. Câu này có nghĩa là Chúa Giê-xu ở đây với chúng ta. Hoặc có thể có nghĩa là Chúa Giê-xu sẽ sớm trở lại. Cả hai ý đều đúng và đều quan trọng cần ghi nhớ.

GIẢNG: Phi-líp 4:2-5

ĐỪNG CÃI NHAU NỮA!
📖 Phi 4:2-3

⊕ Hai ông bầu của đội bóng bầu dục nổi tiếng ghét nhau. Báo chí nói nhiều về điều này. Một trong hai người ghim trong lòng mọi điều người kia từng nói xấu về mình. Ông ta muốn gây rắc rối cho người kia. Nhưng đây là điều không hay ho gì trong thể thao. Thể thao phải là trò chơi thân thiện, chứ không phải là cuộc chiến!

Bạn có giống như vậy không? Bạn có cất giữ trong đầu những điều gây bất lợi cho người khác không? Bạn có nói xấu họ không? Hay bạn có tránh xa họ không? Nếu bạn là Cơ Đốc nhân, điều này làm Chúa Giê-xu bị mang tiếng xấu. Nó sẽ khiến người khác nghĩ rằng sứ điệp tình yêu của Chúa không chân thật. Lời Chúa bảo chúng ta 'Phải chấm dứt việc cãi nhau!' Bạn có thể làm gì để làm hoà khi có tranh cãi?

• Hai người phụ nữ này đã làm gì trong quá khứ? Bây giờ họ làm gì?

• Họ phải chấm dứt việc cãi nhau. Phao-lô làm gì để giúp họ?

Bạn có thể làm người giải hoà để giúp các Cơ Đốc nhân khác.

HÃY VUI MỪNG TRONG CHÚA!
📖 Phi 4:4

⊕ Nói ra những từ này quả không dễ dàng đối với Phao-lô! Cách đây vài năm, ông và Si-la còn ở tù tại Phi-líp. Người cai tù đánh họ, làm họ đau đớn nhiều. Nhưng họ đã hát ngợi khen Đức Chúa Trời! (Công 16:22-25)

Bây giờ Phao-lô lại vào tù. Xiềng xích khiến ông đau đớn. Nhưng ông vẫn cứ nói "hãy tràn đầy niềm vui".

• Làm thế nào để có thể tràn đầy niềm vui? Làm sao để chúng ta **luôn luôn** có niềm vui này?

Niềm vui của người Cơ Đốc không đến từ **những điều xảy ra với chúng ta**. Chúng ta chưa có được niềm vui này khi chỉ vui lúc mọi chuyện tốt đẹp, rồi lại đau khổ khi mọi chuyện tồi tệ. Niềm vui của người Cơ Đốc ở **trong Chúa**. Cho dù điều gì xảy đến với chúng ta, Chúa Giê-xu vẫn là Chúa tuyệt vời của chúng ta.

• Điều gì về Chúa Giê-xu cho thấy lúc nào bạn cũng có thể vui mừng trong Ngài?

HÃY NHU MÌ 📖 Phi 4:5

Người Cơ Đốc không nên là người khó gần. Cơ Đốc nhân không nên kiêu ngạo về những ý tưởng của mình và bắt người khác làm theo. Đôi khi chúng ta cần nói những lời mạnh mẽ, nhưng phải nói với sự cẩn trọng. Chúng ta cần tử tế và nhu mì, giống Chúa Giê-xu.

Điều gì xảy ra khi một người mà bạn tôn trọng bước vào phòng? Bạn có thay đổi cách nói chuyện không? Vậy thì hãy nhớ Chúa Giê-xu đã bước vào trong phòng. Và một ngày không xa, Chúa Giê-xu sẽ trở lại vì con dân Ngài. Đừng khiến mình phải xấu hổ khi Ngài đến.

NGHIÊN CỨU: Phi-líp 4:6-7

17 PHƯƠNG THUỐC CHỮA BỆNH LO LẮNG

☐ **Bối cảnh**

Phao-lô muốn chúng ta suy nghĩ như những Cơ Đốc nhân trong đời sống thường nhật. Điều này có nghĩa là:

- Hiệp ý với nhau trong Chúa (Phi 4:2-3).
- Luôn luôn vui mừng trong Chúa (Phi 4:4).
- Nhu mì với mọi người (Phi 4:5).

Điều này cũng làm thay đổi cách chúng ta giải quyết **những lo lắng** của mình; 📖 Phi 4:6-7.

☐ **Ý chính**

Hãy giao phó cho Đức Chúa Trời những điều bạn lo lắng. Ngài hứa ban cho bạn sự bình an.

✺ **Suy nghĩ thêm**

Hãy nhớ lời hứa ban bình an này không phải dành cho tất cả, mà chỉ cho những người thuộc về Chúa Giê-xu. Nếu chúng ta không tin cậy rằng Chúa cứu chúng ta, thì chúng ta ắt lo lắng nhiều. Đức Chúa Trời cho biết chúng ta không có sự bình an. Hãy mời gọi người nghe đem tội lỗi của mình đến với thập tự giá để nhận được sự bình an với Đức Chúa Trời.

✷ **Chú giải**

Phi 4:6. Phao-lô không chỉ nói 'hãy cầu nguyện'. Ông còn dùng ba từ ngữ khác để giúp chúng ta cầu nguyện đúng:

'nài xin' – là cầu xin cách hạ mình. Chúng ta không xứng đáng nhận được điều gì, nhưng chúng ta đến với một Đức Chúa Trời vĩ đại.

'tạ ơn' – một phương cách hay để không còn lo lắng là cảm ơn Chúa về mọi điều Ngài đã làm cho bạn.

'nhu cầu' – nghĩa là chúng ta cầu xin Chúa điều chúng ta thực sự cần. Chúng ta không chỉ nói 'Chúa ơi, con cảm thấy lo lắng'. Chúng ta xin Ngài điều chúng ta muốn Ngài thực hiện.

Phi 4:7. 'vượt trên'. Chúng ta không thể hiểu được sự bình an của Đức Chúa Trời.

Phi 4:7. 'gìn giữ'. Người Phi-líp biết rất rõ về những người canh gác. Phi-líp là một thành của La Mã. Nhiều lính La Mã canh giữ thành phố này. Phao-lô nói rằng sự bình an của Chúa giống những người lính gác La Mã, giữ cho chúng ta được an toàn, xua đuổi kẻ thù và những sợ hãi của chúng ta.

GIẢNG: Phi-líp 4:6-7

UỐNG THUỐC 📖 Phi 4:6

⊕ Hãy tưởng tượng bạn có thể mua thuốc chữa bệnh lo lắng tại tiệm thuốc. Có thể bạn không nghĩ là thuốc hiệu nghiệm. Lo lắng là một căn bệnh nan y mà không có thuốc nào chữa được.

Nhưng Chúa hứa thuốc chữa bệnh lo lắng của Ngài **công hiệu**. Thuốc này hiệu quả hơn chúng ta nghĩ. Nhưng **chúng ta cần uống thuốc này**. Hãy nghe kỹ điều Chúa phán bảo chúng ta.

1. 'Đừng lo lắng'. Khi một người bạn hữu nói như vậy, nó thường chẳng đem lại tác dụng gì. Nhưng hãy nhớ rằng chính **Chúa** nói với chúng ta điều này. Chúng ta làm Chúa buồn khi tiếp tục lo lắng, vì Ngài bảo chúng ta đừng lo lắng.

• Vậy khi gặp nan đề rất lớn, chúng ta có được lo lắng không?

2. 'Hãy cầu nguyện'. Đức Chúa Trời không chỉ nói 'Đừng lo lắng'. Ngài cho chúng ta thuốc trị bệnh lo. Ngài bảo Cơ Đốc nhân điều phải làm thay vì lo lắng. Ngài muốn chúng ta giao cho Ngài hết mọi lo lắng. [Hãy nói về những điều Phao-lô dạy về cách cầu nguyện - xem Chú giải. Vì sao từng điều đó lại quan trọng trong việc giúp chúng ta không lo lắng?]

Đức Chúa Trời là Cha chúng ta. Ngài sẽ chăm sóc chúng ta. Chúng ta có thể trở nên như đứa con bé bỏng của Ngài. Chúng ta có thể đặt bàn tay nhỏ bé của mình vào bàn tay to lớn của Ngài và tin rằng chúng ta được an toàn. 📖 **Mat 6:25-34**

⊕ Hãy tưởng tượng bạn đang gặp vấn đề về tiền bạc. Bạn đem hết hoá đơn đến gặp bạn mình. Bạn nói với người bạn ấy suốt hai tiếng đồng hồ. Người bạn ấy lắng nghe. Bạn cảm thấy được an ủi. Rồi bạn cầm hết hoá đơn đi về nhà. Điều đó có giúp bạn hết lo lắng không? Không! Khó khăn về tiền bạc vẫn còn đó! Bạn cần tìm ai đó có thể **làm** điều gì đó cho nan đề của bạn.

Khi cầu nguyện, chúng ta không chỉ nói về vấn đề của mình. Chúng ta tin Chúa là Đấng **quan tâm** đến nan đề của chúng ta. Hãy giao chúng cho Chúa! Đừng giao cho Ngài lo lắng trong khi cầu nguyện nhưng lấy lại sau khi cầu nguyện! 📖 **1 Phi 5:7**.

Hãy uống thuốc chữa bệnh lo lắng của Đức Chúa Trời! 📖 **Phi 4:6**. *Bạn sẽ vâng lời Chúa chứ? Một số người trong chúng ta thấy vâng lời Chúa là việc khó, nhưng Đức Chúa Trời sẽ giúp chúng ta khi chúng ta làm theo lời Ngài.*

ĐÓN NHẬN SỰ BÌNH AN CỦA CHÚA 📖 Phi 4:7

[Mời mọi người kể lại những lúc họ lo lắng và được Chúa ban bình an].

Sự việc tồi tệ đến mức nào cũng không quan trọng. Bạn sợ hãi thế nào cũng không quan trọng. Sự bình an của Chúa thắng hơn những điều đó. Đó là sự bình an đặc biệt của Ngài mà chúng ta không thể giải thích được. Sự bình an đó giúp chúng ta không còn lo lắng, giống như người lính gác bảo vệ chúng ta trước kẻ thù.

Đức Chúa Trời giữ lời hứa của Ngài. Bạn uống thuốc Ngài cho - bạn sẽ nhận được bình an của Ngài.

NGHIÊN CỨU: Phi-líp 4:8-9

18 NGHĨ ĐÚNG, LÀM ĐÚNG

☐ Bối cảnh

Trong thư này, Phao-lô dạy chúng ta cách **nghĩ đúng**. Khi chúng ta nghĩ đúng, chúng ta sẽ sống đúng. Phao-lô đã cho chúng ta nhiều tấm gương để noi theo. Sứ điệp của ông là "Hãy nghĩ như họ, hãy sống giống họ!"

Phao-lô nói điều này lần cuối cùng. 📖
Phi 4:8-9

(Hai câu này tóm tắt toàn bộ thư tín. Trong phần cuối thư, Phao-lô cám ơn các tín hữu về món quà của họ; Phi 4:10-23)

☐ Ý chính

Hãy nghĩ đến những điều đúng đắn.
Hãy làm theo lời Chúa dạy.

✪ Suy nghĩ thêm

Nhiều Cơ Đốc nhân tin rằng việc họ **suy nghĩ** về điều gì không quan trọng lắm. Điều quan trọng là họ làm gì. Họ muốn mọi người thấy họ là những Cơ Đốc nhân tốt.

Quan niệm ấy là sai. Suy nghĩ và thái độ sẽ dẫn đến hành động. Hãy xin Chúa giúp bạn chỉ ra cho người nghe thấy điều này. Chúa Giê-xu đến để biến đổi tâm trí và tấm lòng của chúng ta. Ngài đến để giải phóng chúng ta ra khỏi những ý nghĩ sai trật. Chúng ta chỉ có thể thật sự sống đúng khi trước nhất chúng ta nghĩ đúng.

✹ Chú giải

Phi 4:8. Hãy lấp đầy tâm trí bạn bằng những điều tốt đẹp. Phao-lô dùng nhiều từ ngữ khác nhau để giải thích 'những điều tốt đẹp' ấy. 'Đáng trọng' nghĩa là có giá trị. 'Đáng biểu dương' ('đáng được tôn trọng') cũng có nghĩa là có giá trị, hay hấp dẫn.

Phi 4:9. Phao-lô đã dạy họ nhiều điều. Ông dạy họ khi ông ở tại Phi-líp. Ông dạy họ trong thư tín này. Họ cũng biết Phao-lô sống như thế nào. Ông thực hành điều ông đã dạy họ. Ở đây Phao-lô nói 'hãy làm đi!' Học thôi chưa đủ, chúng ta phải sống như những Cơ Đốc nhân.

GIẢNG: Phi-líp 4:8-9

NGHĨ ĐÚNG! 📖 Phi 4:8

- Phao-lô thích nghĩ về điều gì?
- Bạn thích suy nghĩ về điều gì?
- Điều bạn suy nghĩ có phù hợp với Phi 4:8 không?

Cách chúng ta suy nghĩ rất quan trọng. Nó tạo nên con người của chúng ta. Chúng ta càng suy nghĩ giống Chúa Giê-xu, thì chúng ta sẽ càng trở nên giống Ngài hơn.

Có thể chúng ta thấy chiến đấu với những ý nghĩ sai trật thật khó. Những ý nghĩ sai trật về tình dục, tiền bạc hay những tư tưởng ganh tị, tức giận, ích kỷ. Hãy trình dâng chúng cho Chúa ngay bây giờ và xin Ngài tha thứ. Hãy xin Chúa giúp bạn lắng nghe lời Ngài trong hôm nay. Xin Ngài giúp bạn nghĩ đến những điều thiện lành.

- Cơ Đốc nhân rèn luyện suy nghĩ của mình bằng cách nào? [Thảo luận chung câu này]

Có nhiều điều có thể giúp chúng ta. Chúng ta phải kiểm soát điều chúng ta xem, đọc và nghe. Hãy hỏi: 'điều đó có đúng và tốt không?' Chúng ta có thể giúp ích cho nhau khi chúng ta nói những điều tốt đẹp. Chúng ta không bỏ cuộc sớm quá. Thánh Linh của Chúa sẽ giúp con dân Ngài, nhưng việc thay đổi cách chúng ta suy nghĩ đòi hỏi thời gian. Mỗi ngày hãy cầu nguyện cho điều này.

Cách tốt nhất để kiểm soát ý nghĩ của mình là **làm theo** Phi 4:8! Đức Chúa Trời bảo chúng ta nghĩ về những **điều chân thật, thanh sạch và đáng yêu chuộng**. Nếu chúng ta lấp đầy tâm trí mình bằng những điều tốt đẹp, thì sẽ không còn chỗ cho rác rưởi!

Đây là một số gợi ý. Hãy tìm thêm những ý khác. Hãy nghĩ xem bạn có thể giúp người khác bằng cách nào. Hãy tìm hiểu những Cơ Đốc nhân chịu khổ vì Chúa Giê-xu và cầu nguyện cho họ. Hãy viết thư cho các giáo sĩ. Hãy nghĩ đến các cách để nói cho người khác về Chúa Giê-xu. Hãy đọc những sách giúp bạn biết thêm về Chúa.

Điều tốt đẹp nhất cần nghĩ đến là **Kinh Thánh**. 📖 Phi 4:8. Kinh Thánh toàn những điều tốt đẹp! Mỗi ngày hãy đọc Kinh Thánh. Hãy ráng học thuộc một phần Kinh Thánh. Hãy suy nghĩ về nó khi đi làm, khi ở trong nhà hay ở ngoài vườn. 📖 Thi 19:7-11

HÃY LÀM ĐIỀU ĐÚNG! 📖 Phi 4:9

Hãy tưởng tượng hội thánh tại Phi-líp. Họ rất vui khi nhận thư của Phao-lô. Họ đọc thư chung với nhau. Tiếp theo là phần quan trọng: họ có bỏ thư qua một bên và quên đi luôn không? Hay họ sẽ đọc đi đọc lại cho đến khi thuộc lòng? Rồi họ có làm theo điều Chúa phán với họ qua Phao-lô không?

Còn bạn và tôi thì sao? Chúng ta không gặp nhau chỉ để biết Kinh Thánh nói gì. Chúng ta cần làm theo. Hãy thảo luận xem thư tín này đã thay đổi bạn như thế nào cho đến thời điểm này? Bạn cần thực hành điều gì?

NGHIÊN CỨU: Phi-líp 4:10-13

19   BÍ QUYẾT THOẢ LÒNG

▪ Bối cảnh

Khi Phao-lô viết xong thư, ông nói lời cám ơn. Bạn bè ông ở Phi-líp đã gửi quà vào tù cho ông.

Phao-lô không chỉ nói cám ơn! Ông cũng cung cấp thêm vài bài học dạy dỗ. Ông muốn chúng ta học biết thêm về cách Cơ Đốc nhân cần suy nghĩ 📖 **Phi 4:10-23**.

▫ Ý chính

Cơ Đốc nhân có thể học tập thoả lòng trong Chúa Giê-xu cho dù cuộc sống ra sao.

◉ Suy nghĩ thêm

Làm sao để thoả lòng là điều quan trọng đối với nhiều người trong chúng ta. ('Thoả lòng' nghĩa là chúng ta cảm thấy hạnh phúc trong lòng với điều Chúa ban cho). Nhiều Cơ Đốc nhân muốn học cách làm giàu chứ không muốn học cách sống thoả lòng.

Điều này cũng áp dụng cho những người không phải là Cơ Đốc nhân. Nhiều người sống cuộc đời bất hạnh. Họ luôn nỗ lực làm việc để có cuộc sống tốt hơn. Nhưng cho dù họ có giàu có, họ vẫn không hạnh phúc. Phao-lô thoả lòng vì ông biết Chúa Giê-xu. Chúa Giê-xu làm thoả mãn mọi điều ông ao ước. (Thay đổi bố cục bài giảng nếu thính giả của bạn không phải là Cơ Đốc nhân).

✷ Chú giải

Phi 4:10. Cơ Đốc nhân tại Phi-líp thường giúp đỡ Phao-lô. Họ gửi tiền để giúp ông trong công tác truyền giáo (Phi 4:15-16). Họ mới giúp ông đây thôi. Nhưng Phao-lô biết trước giờ họ không quên ông. Trước đây họ không có cơ hội để giúp đỡ.

Phi 4:11. Phao-lô quý món quà của họ, nhưng ông cũng vẫn vui ngay cả khi không có quà. Ông học tập vui mừng khi không có gì cả!

Phi 4:13. Chúa Giê-xu làm cho chúng ta thoả lòng. Có vẻ như thoả lòng là điều không thể có được, nhưng mọi sự đều có thể khi chúng ta tin cậy Chúa Giê-xu. Quyền năng của Chúa làm cho chúng ta được mạnh mẽ khi chúng ta nhờ cậy Ngài. (Phao-lô không có ý nói rằng ông có thể làm bất kỳ điều gì ông muốn nhờ quyền năng của Chúa. Ý của ông là ông có thể chịu đựng mọi điều Chúa đem đến cho ông nhờ quyền năng của Chúa Giê-xu).

GIẢNG: Phi-líp 4:10-13

VUI THOẢ TRONG TÂM
📖 **Phi 4:10-12**

Phao-lô rất vui mừng khi Ép-ba-phô-đích đem quà từ Phi-líp đến. Nhưng Phao-lô cũng vui **trước khi** ông đến. Tại sao?

• Hãy nghĩ đến mọi lý do khiến Phao-lô có thể buồn bực. (Ông không được tự do, xiềng xích làm ông đau đớn, ông bị bỏ tù trong nhiều tháng, ông không biết chuyện gì sẽ xảy đến với mình,...)

Nhưng Phao-lô bằng lòng chờ đợi trong tù. Vì sao? Vì **tâm** ông vui thoả. Ông không cần phải được tự do mới cảm thấy vui! Ông không cần được an ủi mới vui mừng. Ông không cần tiền bạc mới thấy hạnh phúc. Bạn có như vậy không?

⊕ Hãy tưởng tượng bạn có một nông trại. Bạn có mọi đồ ăn thức uống bạn cần. Bạn có giếng nước riêng nữa. Bạn tự tạo ra điện từ dòng sông. Bạn không cần bất cứ thứ gì từ bên ngoài. Mọi thứ đều có ngay trong chính nông trại của bạn.

Phao-lô cũng giống như nông trại đó. Ông có mọi thứ ông cần **ngay bên trong** lòng ông. Cho dù điều gì bên ngoài xảy đến với ông, ông vẫn thoả lòng.

Tâm của bạn có vui thoả không? Hay bạn tin rằng một ngôi nhà xinh đẹp mới làm bạn vui sướng? Hay có nhiều tiền mới làm bạn vui sướng? Hay phải có công việc tốt hơn? Hay phải có chồng hoặc vợ mới làm bạn hạnh phúc?

*Nhưng bạn nhận thấy gì? Khi bạn có điều này, bạn sẽ muốn điều khác nữa. Bạn vẫn không cảm thấy thoả mãn. Đó là vì bạn cần có **tâm hồn** vui thoả.*

Có thể bạn nghĩ cuộc sống thật khó khăn không thể làm cho bạn thoả lòng. Bạn phải chịu nhiều đau đớn. Hãy nhớ rằng Phao-lô nói 'Tôi đã **học** sống thoả lòng'. Điều này không dễ mà có thể phải mất nhiều năm. Nhưng Đức Chúa Trời muốn dạy chúng ta thoả lòng.

Vậy làm sao để điều này trở nên khả thi? Làm **thế nào** Cơ Đốc nhân có được **tâm hồn** vui thoả?

THOẢ LÒNG TRONG CHÚA GIÊ-XU 📖 **Phi 4:13**

⊕ Hãy nghĩ đến nông trại đó. Mọi thứ đều có trong nông trại, không phải do bạn đem đến. Chúa Giê-xu là thức ăn, nước uống và nguồn điện của chúng ta. Chúa Giê-xu chu cấp mọi điều. Đó là điều khiến chúng ta thoả lòng. Điều đó không làm cho cuộc sống trở nên dễ dàng! Nhưng chúng ta tin cậy Chúa Giê-xu giúp chúng ta vượt qua. Tín hữu có thể thoả lòng cho dù cuộc sống rất khó khăn. Đó là vì Cha chúng ta đã lo liệu những điều này và Cứu Chúa chúng ta ban sức mạnh cho chúng ta.

📖 ***Giăng 7:37-38*** *Đừng cố gắng hạnh phúc với những điều nào **khác**! Chúa Giê-xu là nước sống **bên trong** chúng ta. Nếu có Chúa Giê-xu, có thể bạn không có tiền bạc, nhà cửa hay sức khoẻ. Nhưng bạn sẽ có sự tha thứ, bình an và thiên đàng. Bạn sẽ sống với Ngài mãi mãi. Vậy bạn có thấy thoả lòng không?*

NGHIÊN CỨU: Phi-líp 4:14-23

20 DÂNG CHO CHÚA

▢ Bối cảnh

Khi Phao-lô kết thúc thư này, ông cám ơn bạn bè về món quà tử tế của họ. Ông cho họ biết Chúa nghĩ gì về lòng rộng rãi của họ. 📖 **Phi 4:14-23**

▢ Ý chính

Dâng cho Chúa - đó là sự thờ phượng! Dâng cho Chúa là tin cậy Ngài sẽ chăm sóc bạn!

✪ Suy nghĩ thêm

Đừng bao giờ giảng về việc dâng hiến vì bạn muốn hội thánh chu cấp thêm cho bạn! Phao-lô không muốn nhận thêm quà (Phi 4:17). Hãy tin cậy Chúa chăm sóc nhu cầu của bạn (Phi 4:19).

Hội thánh bạn có lòng rộng rãi ra sao? Bạn có dâng thêm để giúp các hội thánh khác hoặc các giáo sĩ không? Hội thánh có thể cho đi số tiền dâng của tuần này không? Có thể đây là cách thờ phượng Chúa tốt nhất (Phi 4:18).

✻ Chú giải

Phi 4:15-16. Thành Phi-líp nằm trong vùng được gọi là Ma-xê-đoan. Đa số Cơ Đốc nhân ở đây đều nghèo. Dẫu vậy, họ vẫn gửi tiền giúp Phao-lô. Nó giúp ông có thể đi nói về Chúa trong các thành phố khác (2 Cô 8:1-5).

Phi 4:17. Phao-lô yêu mến những Cơ Đốc nhân biết dâng hiến tiền bạc. Điều đó giúp ích cho **họ**, không phải cho ông. Phao-lô dùng một hình ảnh để giải thích. Việc họ dâng hiến cho Chúa giống như việc Chúa cất những phần quà họ tặng ông vào tài khoản ngân hàng của họ. Phao-lô không có ý nói đến tiền. Ông muốn nói rằng khi họ dâng hiến, Đức Chúa Trời sẽ ban phước cho họ bằng nhiều cách.

Phi 4:18. Những món quà gửi cho Phao-lô thật sự là một cách thờ phượng Đức Chúa Trời! Món quà có mùi thơm ngọt ngào ('hương thơm') dâng cho Chúa.

Phi 4:19. Như thể Đức Chúa Trời có một ngôi nhà lớn chứa đầy những vật quý cho con dân Ngài. Chúa Giê-xu giành được tất cả những điều này cho tín hữu khi Ngài chết trên cây thập tự. Vì vậy, chúng ta không bao giờ phải lo lắng. Chúa sẽ chăm sóc chúng ta!

Phi 4:22. Sê-sa (Hoàng đế La Mã) bắt cả thế giới thờ phượng ông ta. Nhưng một số đầy tớ của chính ông lại thờ phượng Chúa! Điều này làm cho Phao-lô rất vui mừng.

Phi 4:23. (Phi 1:2) Đây không chỉ là những lời kết thúc thư tín. Ân điển của Chúa là tất cả những gì họ cần. Ân điển là món quà miễn phí bắt đầu bằng sự tha thứ và kết thúc trong thiên đàng.

GIẢNG: Phi-líp 4:14-23

SỰ DÂNG HIẾN BẤT THƯỜNG 📖 Phi 4:14-16

Đa số Cơ Đốc nhân chỉ dâng một số tiền nhỏ cho Chúa mà thôi. Phao-lô rất yêu mến những Cơ Đốc nhân này vì họ dâng **chính mình** cho Ngài. Họ là cộng sự của ông. Họ yêu mến Tin lành hệt như Phao-lô vậy. Họ giúp ông nói cho người khác về Chúa Giê-xu. Đây là lý do Phao-lô vui mừng. Món quà của họ còn hơn cả tiền bạc. **Không hội thánh nào** có lòng quan tâm như hội thánh này.

Hãy giống Cơ Đốc nhân ở Phi-líp. Có thể bạn không có khả năng dâng hiến nhiều. Điều quan trọng là cách bạn dâng. Hãy dâng tấm lòng. Hãy dâng lời cầu nguyện. Hãy dự phần vào việc rao truyền Tin lành.

DÂNG HIẾN VỚI LÒNG BÌNH AN 📖 Phi 4:17-19

⊕ Một người bạn cùng niềm tin đem đến cho bạn một món quà. Bạn biết bản thân cô ấy cần món quà đó. Bạn sợ rằng cô ấy sẽ khổ. Có lẽ bạn nói "cám ơn, nhưng tôi không thể nhận món quà này của chị".

• Làm vậy có đúng không? **Liệu** cô ấy có khổ khi món quà cô ấy dâng tặng xuất phát từ lòng yêu mến Chúa của cô ấy không? 📖 **Phi 4:17**

Phao-lô không lo lắng cho bạn của ông. Ông vui mừng vì họ dâng hiến. Điều đó sẽ tốt cho họ, vì Chúa sẽ ban phước cho họ.

⊕ Bây giờ hãy tưởng tượng bạn của bạn có một người bạn thân rất rất giàu. Vậy bạn có lo lắng cho cô ấy không? Chắc là không, vì người bạn giàu có sẽ cho cô ấy mọi thứ cô ấy cần. 📖 **Phi 4:19**

[Nói nhiều về lời hứa tuyệt diệu này. Chúa giàu như thế nào? Ngài chăm sóc dân Ngài nhiều ra sao? Ngài có những điều tốt đẹp để ban cho chúng ta hơn là mỗi tiền bạc. Đức Chúa Trời ban cho họ sự giàu có gì 'trong Đấng Christ'? Sự chết của Chúa Giê-xu cho tín hữu lời hứa gì? (Rô 8:32)]

Tại sao bạn thấy khó dâng tiền? Khi bạn yêu Chúa, bạn cảm thấy bình an khi dâng hiến. Ngài sẽ chăm sóc bạn. Ngài sẽ ban cho bạn những điều tốt đẹp hơn cả tiền bạc!

DÂNG HIẾN TRONG TINH THẦN THỜ PHƯỢNG 📖 Phi 4:18, 20

• Kiểu thờ phượng nào làm Chúa vui lòng?

Hành trình dài của Ép-ba-phô-đích giống như buổi thờ phượng dài, đầy sự ngợi khen! Món quà này ngợi khen Chúa còn tốt hơn cả những bài hát. Nó giống như mùi hương ngào ngạt dâng lên cho Chúa. Tình yêu của họ lên đến Đức Chúa Trời, và Ngài rất vui lòng.

Hãy giống các Cơ Đốc nhân Phi-líp. Có thể bạn không có khả năng dâng hiến nhiều. Điều quan trọng là cách bạn dâng. Hãy dâng tấm lòng. Hãy dâng lời cầu nguyện. Hãy dự phần vào việc rao truyền Tin lành.

E. Những Bài Học từ Sách Phi-líp

Điều quan trọng là áp dụng Lời Chúa vào đời sống của chúng ta. Sẽ hữu ích khi thính giả của bạn thảo luận những câu hỏi này trong nhóm và cầu nguyện theo tinh thần của những câu hỏi này. Các câu hỏi giúp chúng ta học được một số những bài học chính trong lá thư này. Bạn có thể dùng những câu hỏi này sau khi đã trình bày tất cả các bài giảng về sách Phi-líp. Hoặc có thể bạn muốn sử dụng sau mỗi đoạn.

Phi-líp chương 1

1. Yêu thương tín hữu khác
Phi 1:3-5, 8, 24

- 'Tình yêu dành cho Tin lành là chất keo gắn kết Phao-lô với hội thánh tại Phi-líp lại với nhau'. Bạn có thấy như vậy không? Lòng yêu thương này được thể hiện như thế nào trong hội thánh và đời sống của bạn?
- Tình yêu thương của bạn đối với Cơ Đốc nhân khác đòi hỏi bạn phải trả giá như thế nào?

2. Cùng làm việc cho Chúa Giê-xu
Phi 1:5, 18, 27

- Vì sao cùng làm việc với nhau thì tốt hơn là làm một mình?
- Vì sao khó làm việc chung?

3. Sống và chết cho Đấng Christ
Phi 1:20-25

- Bạn có muốn về với Chúa không? Bạn có sợ chết không?
- Bạn có ao ước sống cho Đấng Christ ngay bây giờ không? Điều này đồng nghĩa với việc bạn phải đưa ra những lựa chọn nào?

4. Đời sống xứng hợp với sứ điệp Tin lành
Phi 1:27

- Cách cư xử nào không xứng hợp với Tin lành?
- Cách hành xử nào khiến người khác muốn nghe thêm về Chúa?

Phi-líp chương 2

1. Giống Chúa Giê-xu
Phi 2:1-8

- Cùng thảo luận những rào cản khi muốn trở thành đầy tớ.
- Những thay đổi nào giúp chúng ta trở nên giống Chúa Giê-xu hơn?

2. Như những vì sao sáng
Phi 2:14-16

- Bạn gặp khó khăn gì khi sống trong thế gian này? Những tội nào khiến thế gian trở thành nơi 'tối tăm'?
- Chúng ta có thể 'chiếu rạng như sao' như thế nào khi người khác sống trong bóng tối?

3. Giống Ti-mô-thê
Phi 2:20-22

- Bạn thích Ti-mô-thê ở điểm nào? Làm sao để chúng ta ngày càng giống Ti-mô-thê?
- Tại sao Phao-lô tin tưởng Ti-mô-thê nhiều như vậy? Người khác có tin tưởng bạn như vậy không?

4. Giống Ép-ba-phô-đích
Phi 2:25-30

- Bạn thích Ép-ba-phô-đích ở điểm nào? Bạn học được gì từ ông?
- Ép-ba-phô-đích sẵn sàng ưu tiên cho Tin lành, dù phải liều mạng sống mình. Bạn có biết ai cũng làm như vậy không? Bạn có kính trọng họ không? Bạn có thể bắt chước họ bằng những cách nào?

Phi-líp chương 3

1. Kiểu giáo sư sai trật
Phi 3:2-3, 18-19

- Lời dạy dỗ và nếp sống nào cho thấy một người là giáo sư giả?
- khi những người này giảng dạy trong khu vực của mình, chúng ta nên làm gì?

2. Việc lành không cứu được bạn
Phi 3:3-9

- Bạn có từng nghĩ rằng Đức Chúa Trời hài lòng về bạn vì những gì bạn đã làm không? Tất cả những việc làm tốt đẹp của Phao-lô đáng giá bao nhiêu?
- Bạn tin cậy Chúa Giê-xu đến mức nào? Bạn có chắc Chúa Giê-xu đã làm mọi điều cần thiết để bạn được làm hoà với Đức Chúa Trời không?

3. Biết Đấng Christ ngày càng thêm
Phi 3:10

- Những điều nào ngăn cản chúng ta nhận biết Đấng Christ rõ ràng hơn? Phao-lô cầu xin quyền năng lớn lao nào? Vì sao quyền năng này có thể giúp bạn biết Đấng Christ rõ hơn?
- Khi chịu khổ vì Chúa, quyền năng này giúp bạn biết Ngài rõ hơn như thế nào?

4. Người thuộc về thiên đàng
Phi 3:14, 20-21

- Bạn có nghĩ cuộc sống của mình là cuộc chạy đua đến thiên đàng không? Ý nghĩ này giúp ích gì cho bạn?
- Bạn có muốn Chúa Giê-xu sớm trở lại không? Vì sao?

Phi-líp chương 4

1. Vui mừng trong Chúa
Phi 4:4

- Dù đang ở tù, nhưng Phao-lô thể hiện nhiều niềm vui trong thư tín này. Điều gì làm bạn mất đi niềm vui?
- Điều gì trong Chúa Giê-xu cho bạn niềm vui? Làm thế nào chúng ta có thể giúp nhau có được niềm vui trong Chúa?

2. Làm gì khi lo lắng
Phi 4:6-7

- Bạn lo lắng về điều gì? Khi lo lắng bạn cảm thấy ra sao?
- Có khó làm theo điều Chúa dạy chúng ta ở đây không? Điều gì khiến bạn không thể cầu nguyện như vậy?

3. Học tập thoả lòng
Phi 4:11-13

- Đôi khi chúng ta cảm thấy không vui với điều Chúa ban cho. Tại sao như vậy?
- Làm cách nào để chúng ta thoả lòng? (Suy nghĩ tại sao Phao-lô thoả lòng)

4. Dâng cho Chúa
Phi 4:10, 14-19

- Bạn có thấy khó dâng cho Chúa tiền bạc và thời gian không? Vì sao khó?
- Chúa cảm thấy thế nào khi chúng ta dâng hiến từ tấm lòng?

F. Cẩm Nang Hướng Dẫn:
Cách giảng sách Phi-líp

Cẩm nang này sẽ giúp bạn học cách chuẩn bị bài giảng. (Bạn có thể dùng những bước này để chuẩn bị bài giảng từ các phân đoạn khác trong Kinh Thánh).

Trước khi dùng quyển sách này, đây là năm bài nghiên cứu hướng dẫn bạn cách chuẩn bị bài giảng. Bạn có thể tự làm các bài nghiên cứu này. Hoặc nếu có thể, bạn cùng làm với một nhóm những người thường giảng dạy Lời Chúa khác. Khi đó các bạn có thể giúp nhau cùng học. Chúng tôi khuyến khích bạn nghĩ đến những người mà bạn có thể giúp họ trong việc giảng dạy. Cẩm nang này sẽ giúp bạn biết cách giúp cho họ. Nếu các bạn gặp nhau để cùng học Lời Chúa, các bạn sẽ cùng giúp đỡ nhau. Khi đó, bạn sẽ giảng dạy Lời Chúa một cách rõ ràng hơn.

Hãy gặp nhau mỗi tuần một lần trong năm tuần. Mỗi lần học một bài nghiên cứu. Bạn sẽ nghiên cứu những ý sau:

- Sứ điệp của thư
- Cách tìm hiểu bối cảnh
- Phân đoạn Kinh Thánh nói gì
- Cách tìm ý chính
- Phân đoạn Kinh Thánh có ý nghĩa với chúng ta như thế nào

Điều này có nghĩa là bạn hiểu rõ phân đoạn Kinh Thánh đó. Khi ấy bạn sẽ có thể chuẩn bị và giảng một cách rõ ràng.

Hãy nhớ cầu nguyện là điều rất quan trọng! Hãy cầu xin Chúa giúp bạn nghiên cứu Lời Ngài. Chúng ta cần sự giúp đỡ của Đức Thánh Linh khi chúng ta suy nghĩ cách giảng dạy như thế nào cho tốt!

Nếu các bạn có một nhóm cùng học Kinh Thánh, các bạn cần làm một số việc trước buổi gặp đầu tiên. Tất cả những gì bạn cần là đọc thư tín Phi-líp và trả lời các câu hỏi nghiên cứu (xem trang kế tiếp).

BÀI NGHIÊN CỨU 1. TOÀN BỘ THƯ TÍN

Khi viết một bức thư, bạn không chỉ viết xuống giấy những ý tưởng khác nhau. Thường bạn viết thư vì có một lý do nào đó. Bạn suy nghĩ cẩn thận cách giải thích điều bạn muốn nói.

Chúng ta cần xem Phi-líp là một bức thư thật sự của Phao-lô gửi cho những Cơ Đốc nhân mà ông biết ở tại Phi-líp. Ông không chỉ viết ra những ý nghĩ tốt đẹp! Ông biết điều mình muốn nói. Ông viết thư rất cẩn thận. Ông muốn giúp đỡ những Cơ Đốc nhân này. Và thư Phi-líp cũng là lá thư của Chúa gửi cho chúng ta ngày hôm nay. Vì vậy, khi Phao-lô viết cho người Phi-líp, Đức Chúa Trời phán với họ và với chúng ta.

Trước khi nghiên cứu trong nhóm

Đọc thư của Phao-lô vài lần và suy nghĩ những câu hỏi sau. (Đừng xem phần "Giảng Thư Phi-líp")

1. Phao-lô đang ở đâu? Ai đến thăm ông và lý do đến thăm?

2. Chúng ta biết gì về các Cơ Đốc nhân ở Phi-líp (xem thêm Công vụ 16)?

3. Vì sao Phao-lô viết bức thư này?

4. Những ý chính Phao-lô muốn nói là gì? Vì sao Phao-lô muốn nói những điều này?

5. Phao-lô có lặp đi lặp lại từ ngữ hay suy nghĩ nào không?

Trong giờ nghiên cứu

- Thảo luận câu trả lời cho năm câu hỏi trên
- Có ai có câu trả lời khác không?
- Những câu trả lời nào giúp bạn hiểu rõ hơn thư tín của Phao-lô?

Có thể có nhiều câu trả lời khác nhau cho câu hỏi số 3 và 4. Phao-lô viết thư không chỉ vì một lý do. Ông có nhiều điều quan trọng muốn nói.

- Thật khó tìm một tựa đề hoặc "ý tưởng lớn" nói lên nội dung của toàn bộ thư tín. Một trong những ý tưởng của lá thư đó là "tư duy theo Tin lành". Tiêu đề này giúp chúng ta hiểu lý do Phao-lô viết thư. Ông muốn chỉ dẫn những tín hữu này cách suy nghĩ đúng đắn. Ông muốn **Tin lành** (lẽ thật về Chúa Giê-xu) sẽ thay đổi họ.

(Ví dụ trong Phi-líp chương 1, Phao-lô muốn họ có suy nghĩ đúng về việc ông phải ở tù. Ông muốn họ vui mừng vì Tin lành vẫn còn đang được rao giảng).

Cùng thảo luận

Bây giờ, hãy đọc chung với nhau phần được gọi là "Về thư tín của Phao-lô gửi cho người Phi-líp" (trang 7) trong quyển sách này.

- Bạn có đồng ý với những điều bạn đã khám phá được không?

- Có điều gì mới mẻ không?
  Bây giờ bạn có nhận ra thư tín này bắt nguồn từ đâu không?

Khi bạn nghiên cứu sách Phi-líp, việc hiểu toàn bộ thư tín sẽ giúp bạn hiểu từng đơn vị nhỏ hơn. Bạn có thể nghiên cứu các phân đoạn nhỏ hơn "theo đúng ngữ cảnh" (đúng vị trí của chúng trong cả bức thư).

Hãy cố gắng ghi nhớ điều bạn đã học.

BÀI NGHIÊN CỨU 2. BỐI CẢNH

Hãy nhìn vào hình chiếc máy bay thứ nhất. Bạn hiểu đó là gì.

Bây giờ nhìn bức hình thứ hai với hình nền. Bạn hiểu thêm nhiều về nó.

- Bạn biết hình đó chụp ở thành thị hay nông thôn – bối cảnh ấy cho bạn biết gì về chiếc máy bay?
- Có thể bạn thấy những người đứng quanh máy bay - có lẽ họ là những người bạn biết.
- Nếu bạn nhìn thấy những người bước ra khỏi máy bay, điều đó có thể cho bạn biết lý do tại sao họ đi máy bay. Có lẽ ai đó đang trở về nhà - hoặc người bệnh được chở đến bệnh viện.

Bối cảnh (cũng có nghĩa là phông nền) tạo nên sự khác biệt lớn.

Vì vậy, khi học Lời Chúa, hãy cố gắng tìm hiểu bối cảnh. Hãy tự nhắc mình bạn đã đọc thấy gì từ cả thư tín. Bạn biết gì về lý do Phao-lô viết thư? Đây chính là bối cảnh.

Hãy cố gắng tìm hiểu về con người và cuộc sống của họ tại Phi-líp. Họ cảm thấy thế nào? Hãy tưởng tượng bạn ở tại đó. Điều này sẽ giúp bạn hiểu điều phân đoạn Kinh Thánh nói.

Ví dụ 1: Phi-líp 1:1-5

1. Hãy nghĩ đến Phao-lô khi ông viết thư này.

- Ông đang ở đâu và vì sao ông ở đó? (Phi 1:13)
- Lưu ý Ti-mô-thê ở đó với ông. Ti-mô-thê cũng lo lắng cho các tín hữu tại Phi-líp.
- Khi nghĩ đến Cơ Đốc nhân tại Phi-líp, Phao-lô cảm thấy thế nào? Vì sao?
- Phao-lô muốn đến thăm những tín hữu này (📖 **Phi 2:19-24**). Nhưng hiện tại ông không thể đến, vì vậy ông viết thư cho họ. Ông muốn làm gì cho họ qua thư tín này (muốn họ buồn rầu vì ông, muốn khích lệ họ hay muốn la rầy họ,...)?
- Phao-lô xưng chính mình và Ti-mô-thê là gì (Phi 1:1)? Điều này bày tỏ điều gì?

2. Hãy nghĩ đến người Phi-líp khi họ nhận thư.

- Công 16 cho chúng ta biết một vài người trong số những tín hữu này.
- Hãy nhớ họ đã gửi vào tù cho Phao-lô món quà yêu thương.
- Bạn nghĩ họ cảm thấy thế nào khi đọc Phi 1:1-5?
- Phân đoạn này có khiến họ cảm thấy thương Phao-lô nhiều hơn không? Vì sao?
- Họ đã làm gì trong việc 'cộng tác rao truyền Tin lành'? Đọc tiếp Phi-líp 1 để biết ý Phao-lô muốn nói. Phao-lô và tín hữu Phi-líp có cùng suy nghĩ về Tin lành như thế nào?

Ví dụ 2: Phi-líp 1:6-8

Cần nhớ rằng phân đoạn này và 1:1-5 có nhiều chi tiết giống nhau về bối cảnh.

- Trong Phi 1:6-8, khi Phao-lô nghĩ về các Cơ Đốc nhân này, có hai điều ông cảm thấy là gì?
- Tại sao Phao-lô nghĩ như vậy về các tín hữu này? Ông biết gì về họ? Vì sao điều đó khiến ông yêu mến và tin tưởng họ?
- Bạn nghĩ vì sao Phao-lô nói rằng ông tin quyết về họ? Họ có cần được khích lệ không? 📖 **Phi 1:27-30** cho thấy cuộc sống của họ không hề dễ dàng! Phao-lô muốn họ là những Cơ Đốc nhân vững vàng.

BÀI NGHIÊN CỨU 3. PHÂN ĐOẠN NÀY NÓI GÌ?

Hãy nhìn hình chiếc máy bay. Nhìn cẩn thận chiếc máy bay và những người xung quanh. Bạn biết điều gì về nó? Lý do của chuyến bay này là gì?

Cũng vậy, chúng ta phải **cẩn thận quan sát** điều Kinh Thánh nói. Chúng ta không được nghĩ rằng mình đã biết Kinh Thánh nói gì rồi. Sau đây là một số câu hỏi:

1. Phao-lô **thật sự** muốn nói gì?

2. **Tại sao** ông nói như vậy?

3. Có điều gì bất thường không?

4. Có điều gì bạn không hiểu không?

5. Ông có **lặp lại** từ ngữ hay ý nghĩ nào không?

Ví dụ 1: Phi-líp 1:1-5

Chú ý cẩn thận điều Phao-lô nói.

Đặt 5 câu hỏi sau:

1. Phao-lô thật sự muốn nói gì?
2. Tại sao ông nói như vậy?
3. Có điều gì khác thường không?
4. Có điều gì bạn không hiểu không?
5. Ông có lặp lại từ ngữ hay ý nghĩ nào không?

Sau đó xem phần **NGHIÊN CỨU** ở trang 12.

Một vài điều bạn nên lưu ý:

- Thường trong các thư tín của mình, Phao-lô viết cho 'các thánh đồ'. Ở đây, Phao-lô cũng nói đến 'các giám mục và chấp sự' (người lãnh đạo).

- Phi 1:3,4 cho thấy niềm vui đặc biệt. Điều này nói gì về tình bạn giữa Phao-lô và những tín hữu này?

- 'Cộng tác rao truyền Tin lành (Phi 1:5) là điều khác lạ so với các lá thư khác. Phao-lô không viết điều này cho các hội thánh khác. Điều này cho biết gì về hội thánh tại Phi-líp?

Ví dụ 2: Phi-líp 1:6-8

Đặt 5 câu hỏi và xem trang **NGHIÊN CỨU** (trang 14).

1. Phao-lô thật sự muốn nói gì?
2. Tại sao ông nói như vậy?
3. Có điều gì khác thường không?
4. Có điều gì bạn không hiểu không?
5. Ông có lặp lại từ ngữ hay ý nghĩ nào không?

Một số điều bạn nên lưu ý:

- Phao-lô nói rằng ông tin tưởng ở những Cơ Đốc nhân này. Rồi ông đưa ra một số lý do. Điều này cho thấy ông thật sự muốn họ tin chắc nơi Đức Chúa Trời.

- Phao-lô nhắc lại (Phi 1:7,8) ông yêu mến những tín hữu này nhiều như thế nào (xem thêm Phi 1:3,4). Vì sao ông nói điều này nhiều lần như vậy?

BÀI NGHIÊN CỨU 4. Ý CHÍNH

Hãy tưởng tượng bạn phải mô tả hình về chiếc máy bay này. Có nhiều điều bạn có thể trình bày. Bạn có thể liệt kê cả một danh sách dài như thế này:

- Máy bay cỡ nhỏ, có một động cơ
- Máy bay màu trắng
- Có 6 người trên máy bay

Đôi khi bài chia sẻ của chúng cũng giống như vậy. Chúng ta nói quá nhiều điều đúng, nhưng lại **bỏ mất ý chính**.

Hãy nhìn cái cách các y tá khiêng người bệnh ra khỏi máy bay để đưa đến bệnh viện. **Đó là ý chính của bức hình!** Máy bay nhỏ hay màu trắng không phải là điều quan trọng.

Phải luôn luôn đặt câu hỏi: **'Ý chính (ý lớn) là gì?'**

Hoặc 'Nếu Phao-lô chỉ có thể nói một điều trong cả phần này, thì đó sẽ là gì?'

Trong bài giảng, chúng ta sẽ nói nhiều thứ. Đôi khi chúng ta muốn nói đến các chi tiết. **Nhưng chúng ta muốn mọi người ra về với ý chính trong đầu**. Chúng ta phải đảm bảo mình không bỏ qua ý chính.

Ví dụ 1: Phi-líp 1:1-5

Bạn có thể nói đến lời tạ ơn Chúa về những Cơ Đốc nhân này của Phao-lô. (Nhưng đây không phải ý chính). **Tại sao** Phao-lô biết ơn Chúa và đầy dẫy sự vui mừng? Khi nghĩ đến người Phi-líp, Phao-lô nghĩ đến **'người cộng sự trong công tác rao truyền Tin lành'**. Ông ngợi khen Đức Chúa Trời rằng hội thánh này cũng suy nghĩ giống như cách ông suy nghĩ. Họ muốn mọi người đều nghe về Chúa Giê-xu, giống như ông. Và họ làm mọi điều có thể để giúp rao truyền Tin lành.

Vậy thì ý chính là:
Phao-lô và Cơ Đốc nhân tại Phi-líp là những cộng sự. Họ giúp nhau trong công tác rao giảng Tin lành.
Bây giờ xem trang GIẢNG Phi 1:1-5 (trang 13).

- Hãy nhìn các tiêu đề. Chúng có giúp bạn tìm ra ý chính không? Chúng có giúp bạn giải thích phần còn lại của phân đoạn mà không bỏ qua ý chính không?

Ví dụ 2: Phi-líp 1:6-8

Hãy cố gắng tìm ra ý chính của khúc Kinh Thánh này

Sau đó xem **Ý CHÍNH** ở trang **NGHIÊN CỨU** Phi 1:6-8 (trang 14).

- Bạn có đồng ý với điều chúng tôi viết không? Điều chúng tôi viết có phải điều Phao-lô muốn nói không? Bạn có thể diễn đạt điều này tốt hơn không?
- Các tiêu đề ở trang **GIẢNG** (trang 15) có giúp bạn tìm ra ý chính không?

BÀI NGHIÊN CỨU 5. PHÂN ĐOẠN KINH THÁNH CÓ Ý NGHĨA VỚI CHÚNG TA NHƯ THẾ NÀO

Có thể chúng ta thích xem hình của người khác. Nhưng nếu đó là hình của những người chúng ta biết, thì các bức hình ấy sẽ càng thú vị hơn. Hãy tưởng tượng người trên máy bay là con của bạn! Nó sắp chết vì bị rắn cắn. Giờ thì bức hình thật sự có ý nghĩa đối với bạn!

Khi đọc thư Phi-líp, hãy nhớ là:

- Phao-lô viết thư cho các Cơ Đốc nhân tại Phi-líp cách đây hàng trăm năm
- Đức Chúa Trời viết cho chúng ta ngày hôm nay

Điều Phao-lô nói với các Cơ Đốc nhân là điều **Đức Chúa Trời** phán **với chúng ta** ngày hôm nay. Đó là vì Kinh Thánh là lời hằng sống của Đức Chúa Trời. Thánh Linh Đức Chúa Trời làm cho lời Ngài sống động trên từng trang giấy.

Khi chúng ta dạy lời Chúa, chúng ta không chỉ muốn dạy về **Kinh Thánh. Chúng ta cầu xin Lời Chúa phán với** tất cả chúng ta**. Chúng ta cầu xin Lời Chúa thay đổi chúng ta.**

Một vài câu hỏi nghiên cứu

- **Ý chính** phán dạy chúng ta ngày hôm nay điều gì? Ý chính đó cũng **giống** với ý Phao-lô nói với Cơ Đốc nhân ở Phi-líp ra sao? **Khác** nhau ra sao?
- Hãy nghĩ đến các **thính giả khác nhau** mà bạn sẽ chia sẻ. Bạn sẽ trình bày ý chính cho thính giả là trẻ nhỏ, người chưa tin Chúa, Cơ Đốc nhân yếu đuối,... như thế nào?
- Thính giả của bạn sẽ đặt **những câu hỏi** gì? (Điều này có ý nghĩa gì với tôi khi ở nhà với con cái? Điều bạn nói đúng như thế nào, và khi nào thì điều đó dường như không phù hợp trong thực tế cuộc sống?)
- Còn điều gì **khác** trong phần Kinh Thánh này quan trọng đối với thính giả của bạn? Điều đó có giúp ích cho họ trong lĩnh vực mà họ yếu đuối không? Điều đó có giúp ích họ trong những việc con người thấy khó khăn không? Điều đó có cảnh báo họ về những nguy hiểm Cơ Đốc nhân đối diện không?

Ví dụ: Phi-líp 1:1-5 và Phi-líp 1:6-8

Đối với cả hai bài giảng...

Dùng các câu hỏi nghiên cứu để suy nghĩ cách trình bày sao cho thính giả của bạn hiểu Lời Chúa.

Bây giờ hãy suy nghĩ đến những phần trong phần GIẢNG kiểu như thế này:

- *Các phần này giúp thính giả nhận biết ý chính bằng cách nào? Bạn cần phải nói thêm điều gì để cho nó trở nên rõ ràng hơn?*

- *Chúng ta cần đưa ra những ý nào khác? Chúng có hữu ích không?*

Tự nhắc mình về những điều bạn đã học được khi nghiên cứu đoạn Kinh Thánh đó. Cần nhớ ý chính và làm thế nào để trình bày ý chính ấy với thính giả.

Nhớ cầu nguyện xin Chúa giúp đỡ.

Bây giờ bạn đã sẵn sàng viết xuống bài giảng bằng ngôn từ của mình. Viết xuống là điều tốt, vì nó sẽ giúp bạn diễn đạt cách rõ ràng. Hãy tìm sự trợ giúp từ trang GIẢNG. Chúng tôi cho bạn bộ xương của bài giảng. Bạn cần lắp thịt vào bộ xương đó. Bạn cần giải thích thêm và tìm thêm cách diễn đạt sinh động bằng ngôn từ. Và thêm ý vào để cho thấy ý chính có ý nghĩa thế nào với đời sống chúng ta.

Chúng tôi đã hướng dẫn bạn cách học phần còn lại của thư tín Phi-líp. Trong mỗi phần của thư tín, hãy nghiên cứu kỹ BỐI CẢNH, PHÂN ĐOẠN KINH THÁNH NÓI GÌ, Ý CHÍNH, PHÂN ĐOẠN KINH THÁNH CÓ Ý NGHĨA VỚI CHÚNG TA NHƯ THẾ NÀO.

Tự nghiên cứu trước, sau đó hãy xem "Giảng sách Phi-líp"!

Nếu bạn học theo nhóm, thì sẽ rất hữu ích cho bạn khi các bạn cùng nghiên cứu phần còn lại của sách Phi-líp với nhau. Chúng tôi cầu xin Chúa giúp cẩm nang này ích lợi cho bạn trong việc soạn và giảng thư tín Phi-líp cách tốt hơn.

Công ty sách Cơ Đốc **Văn Phẩm Hạt Giống** chính thức ra đời vào tháng 4/2016 nhằm đáp ứng nhu cầu cấp thiết về văn phẩm Cơ Đốc có giá trị dành cho Cơ Đốc nhân người Việt với một sứ mệnh rõ ràng.

Văn Phẩm Hạt Giống sẽ cung cấp những văn phẩm Cơ Đốc:

- Có **giá trị cao, trung thành với sự dạy dỗ của Kinh Thánh, phù hợp** với nhu cầu và bối cảnh của các cộng đồng người Việt trong và ngoài nước.
- Nhằm **trang bị** từng cá nhân tín hữu Việt Nam **tăng trưởng đức tin** và **phát triển Vương Quốc Đức Chúa Trời.**

Tên gọi Hạt Giống vốn được truyền cảm hứng từ lời Chúa trong Mác 4:4. Lời của Đức Chúa Trời - Hạt Giống cứu rỗi - sẽ được những Cơ Đốc nhân gieo ra và trở lên lớn mạnh trong lòng người tin nhận.

Khi cho ra đời những văn phẩm có giá trị, chúng tôi ao ước chính mình sẽ là những người gieo trồng, kẻ tưới trong nhà Đức Chúa Trời. Chính Đức Chúa Trời sẽ hành động trong lòng độc giả khiến đời sống họ được biến đổi, lớn lên trong đức tin, được phước dư dật và đem phước hạnh ấy đến cho người khác (1 Cô 3:5-9).

Với mong muốn phát hành nhiều hơn nữa những cuốn sách chất lượng, có giá trị cao tới cộng đồng, chúng tôi luôn cần sự cầu thay, giúp đỡ, nhận xét và đóng góp quý báu cho từng cuốn sách đã được xuất bản. Những lời làm chứng, chia sẻ về sự biến đổi đời sống trong năng quyền của Chúa khi quý vị đọc những cuốn sách này cũng sẽ là nguồn khích lệ lớn lao cho chúng tôi tiếp tục sứ mệnh của mình. Mọi tâm tình, ý kiến đóng góp, chia sẻ xin gửi cho chúng tôi theo địa chỉ:

nhabientap@vanphamhatgiong.com

hoặc chia sẻ với chúng tôi trên trang Facebook **Văn Phẩm Hạt Giống.**

Rất mong được đón nhận!

CÁC SÁCH ĐÃ XUẤT BẢN

Quý độc giả có thể xem thông tin chi tiết về từng sách trên Website: *http://vanphamhatgiong.com/vi/cua-hang/*
hoặc trên FB Page *Văn Phẩm Hạt Giống*

CÁC SÁCH SẮP XUẤT BẢN

1. **Rèn Luyện Tâm Linh Trong Nếp Sống Cơ Đốc** (Donald S. Whitney)
2. **Giải Nghĩa Tân Ước của Tyndale: Gia-cơ** (Douglas J. Moo)
3. **Bảy Định Luật của Sự Giảng Dạy** (John Milton Gregory)
4. **Noi Gương Chúa Giê-xu** (Một số Mục sư Việt Nam)
5. **Giải Nghĩa Áp Dụng: Phục Truyền Luật Lệ Ký** - 3 tập (Daniel I. Block)

Liên hệ mua sách:

- **E-mail:** info@vanphamhatgiong.com
- **Website:** http://vanphamhatgiong.com
- **Mua sách trên trang lulu.com:** http://www.lulu.com/spotlight/Van_Pham_Hat_Giong
- **Facebook Page:** Văn Phẩm Hạt Giống

www.ingramcontent.com/pod-product-compliance
Lightning Source LLC
Chambersburg PA
CBHW031426040426
42444CB00006B/700